Isländisch für absolute Anfänger

Stefan Drabek

Isländisch für absolute Anfänger

... kinderleicht für Erwachsene

Übungsbuch mit Lösungen

Schmetterling Verlag

Bibliografische Informationen der Deutschen Nationalbibliothek
Die Deutsche Nationalbibliothek verzeichnet diese Publikation in der Deutschen Nationalbibliografie; detaillierte Daten sind im Internet über http://dnb.d-nb.de abrufbar.

Schmetterling Verlag GmbH
Libanonstr. 72A
70184 Stuttgart
www.schmetterling-verlag.de
Der Schmetterling Verlag ist Mitglied von aLiVe.

ISBN 3-89657-812-X
1. Auflage 2017 4 5 6 7 8 9 / 25 24 23 22
Printed in Bulgaria

Illustrationen: Lena Hofhansl
Titelbild: Laura Armborst
Satz und Reproduktionen: Schmetterling Verlag
Druck: Multiprint, Kostinbrod

Inhalt

Lektion 1

Hanna stellt sich vor

1. Setzen Sie das Verb *vera (sein)* in die Lücken ein.

a) Hver . . . . þetta? – Þetta . . . . Hanna.

b) Hver . . . . þú? – Ég . . . . Hanna.

c) . . . . Michael vinur þinn? – Já, Michael . . . . vinur minn.

d) . . . . þú Hanna? – Nei, ég . . . . Hrafnhildur.

e) Þetta . . . . ég.

2. Setzen Sie das Verb *heita (heißen)* in die Lücken ein.

a) Hvað . . . . þú? – Ég . . . . Hanna Sigurðardóttir.

b) Hvað . . . . vinur þinn? – Hann . . . . Michael.

c) . . . . þú Hrafnhildur? – Nei, ég . . . . Hanna.

3. Verbinden Sie, was zusammengehört.

a) Ég heiti ...	(1) Wie heißt sie?
b) Þetta er ...	(2) dein Freund
c) vinur minn	(3) Ist das ...?
d) Hver ert þú?	(4) Ich heiße ...
e) Hvað heitir hún?	(5) Sie ist ...
f) Hann er ...	(6) Das ist ...
g) vinur þinn	(7) Heißt du ...?
h) Hún er ...	(8) mein Freund
i) Heitir þú ...?	(9) Wer bist du?
j) Er þetta ...?	(10) Er ist ...

4. Übersetzen Sie ins Isländische.

a) Das bin ich. Ich heiße Hanna.

....

b) Das ist mein Freund. Er heißt Michael.

....

c) Wie heißt du? – Ich heiße Michael.

....

d) Wer bist du? – Ich bin Hanna.

....

e) Bist du Hrafnhildur? – Nein, ich bin Hanna.

....

f) Ist das dein Freund? – Ja, das ist er.

....

5. Beantworten Sie die Fragen.

a) Hvað heitir þú? ....

b) Hvað heitir vinur þinn? ....

Lektion 2

Erste Wörter vor dem Abflug

1. Verbinden Sie, was zusammengehört.

a)	jökull	(1)	auf Isländisch
b)	brottför	(2)	Man sagt ...
c)	bók	(3)	Bad
d)	Hvernig segir maður ...?	(4)	Gletscher
e)	bað	(5)	wunderbar
f)	frábært	(6)	Papa
g)	á íslensku	(7)	Wie sagt man ...?
h)	Maður segir ...	(8)	Buch
i)	mamma	(9)	Abflug
j)	pabbi	(10)	Mama

2. Hvernig segir maður á íslensku? – Schreiben Sie die Bedeutung unter die Bilder.

....

3. Übersetzen Sie ins Isländische.

a) Wie heißt du? – Ich heiße Michael.

....

b) Wie sagt man «Hotel» auf Isländisch?

....

c) Man sagt «hótel» auf Isländisch.

....

d) Island ist eine Insel. ....

e) Ist das der Eyjafjallajökull? ....

4. Beantworten Sie die Fragen.

a) Hvað heitir þú? ....

b) Hvað heitir pabbi þinn[1]? ....

c) Hvað heitir mamma þín[2]? ....

d) Hvernig segir maður «Gletscher» á íslensku?

....

e) Hvernig segir maður «Insel» á íslensku?

....

[1] pabbi þinn – dein Papa, [2] mamma þín – deine Mama

Lektion 3

Begrüßung und Verabschiedung

1. Was passt nicht in die Reihe?

a) góðan dag – góða nótt – gott kvöld – hæ

b) bæ bæ – bless bless – góðan daginn – góða nótt

c) gott – fínt – ágætt – ekkert sérstakt

2. Was passt zusammen?

a)	Góðan daginn.	(1)	Ekkert sérstakt.
b)	Hvað segir þú gott?	(2)	Góða kvöldið.
c)	Bless, bless.	(3)	Ég heiti Hanna.
d)	Gaman að sjá þig.	(4)	Bæ, bæ.
e)	Gott kvöld.	(5)	Jú, þetta er Michael.
f)	Hvað er í fréttum?	(6)	Góðan dag.
g)	Hvað heitirðu?	(7)	Ég segi allt fínt, takk.
h)	Er þetta ekki Michael?	(8)	Já, ég er Michael.
i)	Ert þú Michael?	(9)	Takk, sömuleiðis.

3. Finden Sie Wörter mit derselben oder ähnlichen Bedeutung.

a) góðan dag
b) gott kvöld
c) bless, bless
d) Hvað segir þú gott?
e) Hvað er að frétta?
f) Ég segi allt gott.
g) Gaman að sjá þig!

4. Kreuzen Sie die passende Erwiderung an.

a) Hæ, gaman að hitta þig hér.
❒ Ekkert sérstakt. ❒ Ég heiti Hrafnhildur. ❒ Takk, sömuleiðis. Hvað er títt?

b) Hvað segist?
❒ Takk fyrir síðast. ❒ Ég segi allt þetta fína. ❒ Hvað syngur í þér?

c) Hvað er í fréttum?
❒ Ekkert sérstakt. ❒ Ég segi allt ágætt? ❒ Takk, sömuleiðis.

d) Góðan daginn, ert þú ekki Hanna?
❒ Nei, ég er Hanna. ❒ Jú, ég er Hanna. ❒ Já, ég er Hanna.

5. Lassen Sie die Verbform und das Personalpronomen *þú* verschmelzen.

a) heitir + þú = ...

b) segir + þú = ...

c) ert + þú = ...

6. Setzen Sie die fehlenden Wörter in den Dialog ein.
ekkert – þú – á leiðinni – allt – sömuleiðis – frábært – segi – gott – þig – frétta – jú

Michael: Hæ, Hanna. Gaman að sjá . . . .

Hanna: . . . ., gaman að hitta þig hér.

Michael: Hvað segirðu . . . .?

Hanna: Allt þetta fína! En . . . .?

Michael: Ég . . . . .bara . . . . .ágætt.

Hanna: Hvað er að . . . .?

Michael: . . . . sérstakt.

Hanna: Ertu ekki . . . . til Íslands?

Michael: . . . ., það er rétt.

Hanna: Það er . . . .

7. Übersetzen Sie ins Isländische.

a) Guten Tag, wie geht es dir? . . . .

b) Mir geht es gut, danke. Und dir? . . . .

c) Guten Abend. Schön, dich zu sehen. . . . .

d) Hallo. Schön, dich zu treffen. ....

e) Danke, gleichfalls. ....

f) Was gibt es Neues? ....

g) Danke für das letzte Mal. ....

h) Ich bin auf dem Weg nach Island. ....

i) Bist du nicht Hanna? ....

j) Doch, ich bin Hanna. ....

8. Beantworten Sie die Fragen.

a) Hver er á leiðinni til Íslands? ....

b) Hvað segirðu gott? ....

c) Hvað segir vinur þinn gott? ....

d) Hvað er að frétta? ....

e) Hvernig segir maður «Guten Morgen» á íslensku?

....

Lektion 4

Auf dem Flughafen in Keflavík

1. Tragen Sie die Länder in die Karte ein.

Ísland – Þýskaland – Noregur – Svíþjóð – Danmörk – Finnland – Pólland – Tékkland – Austurríki – Eistland – Lettland – Litháen – Rússland – Ungverjaland – Holland – Belgía – Sviss – Frakkland – Bretland – Ítalía – Spánn – Portúgal – Írland – Grikkland – Rúmenía – Búlgaría – Tyrkland – Slóvakía – Úkraína

2. Setzen Sie die Länder in den Dativ.

a) Þetta er Þýskaland. Michael er frá ....

b) Þetta er Ísland. Hanna er frá ....

c) Þetta er Bretland. John er frá ....

d) Þetta er Holland. Ert þú frá ....?

e) Þetta er Austurríki. Michael er ekki frá ....

f) Þetta er Spánn. María er frá ....

g) Þetta er Danmörk. Vinur minn er frá ....

h) Þetta er Sviss. Er Hanna frá ....?

i) Þetta er Frakkland. Jérôme er frá ....

j) Þetta er Ítalía. Giuseppe er frá ....

k) Þetta er Pólland. Adam er frá ....

l) Þetta eru Bandaríkin. Alice er frá ....

3. Was passt zusammen?

a) Hvaðan er Hanna?	(1) Hann er frá Þýskalandi.
b) Frá hvaða landi er Michael?	(2) Já, ég er Þjóðverji.
c) Ertu frá Íslandi?	(3) Takk.
d) Ertu frá Þýskalandi?	(4) Hún er frá Íslandi.
e) Velkomin til Íslands.	(5) Já, ég er Íslendingur.

4. Übersetzen Sie ins Isländische.

a) Woher kommst du? ....

b) Ich komme aus Deutschland. ....

c) Aus welchem Land kommt Hanna? ....

d) Hanna kommt aus Island. ....

e) Woher kommt dein Freund? ....

f) Mein Freund kommt aus Norwegen. ....

g) Bist du Deutsche/r? ....

h) Nein, ich bin Isländer/in. ....

i) Willkommen in Island. ....

5. Beantworten Sie die Fragen.

a) Hvað segirðu gott? ....

b) Frá hvaða landi ertu? ....

c) Hvaðan er vinur þinn? ....

d) Frá hvaða landi er Hanna? ....

e) Ertu Íslendingur? ....

f) Er Hanna Þjóðverji? ....

Lektion 5

Im Hotelzimmer

1. Hvað er þetta? Schreiben Sie die Bedeutung unter die Bilder.

auga – útvarp – borð – súkkulaði – stóll – rúm – koddi – bíll – lampi – eyra – rigning klukka – sófi – bjór – sæng – kaka – skápur – epli – sjónvarp – gluggi

2. Ordnen Sie die Substantive aus Aufgabe 1 nach Geschlecht und schreiben Sie sie in die Tabelle.

männlich = hann	weiblich = hún	sächlich = það

3. Schreiben Sie nachfolgende Substantive in die richtige Spalte der Tabelle in Aufgabe 2.

jökull, pabbi, mamma, maður, æfing, himinn, rós, kjóll, þjónn, bygging, hjarta, kvittun, barn, bók, þema, kaffi, mynd, kona, vindur, pasta, ofn, stelpa, afmæli, bíó, taska, steinn, búð, múr

4. Übersetzen Sie ins Isländische.

a) Was ist das? ....

b) Das ist ein Hotel. ....

c) Hier ist ein Schrank. ....

d) Dort ist ein Fernseher. ....

e) Ist das ein Radio? ....

f) Genau. Und dort ist eine Kanne. ....

g) Ist das ein Glas? ....

h) Das weiß ich nicht. ....

i) Hier ist ein Buch. ....

j) Ist das Pasta? – Nein, das ist Lasagne. ....

k) Wer bist du? ....

l) Bist du Deutscher oder Isländer? ....

m) Kommst du aus Island? ....

n) Nein, ich komme aus der Schweiz. ....

o) Wie sagt man «Stadt» auf Isländisch? ....

p) Man sagt «borg» auf Isländisch. ....

Lektion 6

Wo ist mein Stadtplan?

1. Hvað er þetta? Schreiben Sie die Bedeutung unter die Bilder. Schreiben Sie die Wörter sowohl mit als auch ohne bestimmten Artikel.

handklæði – sími – taska – peningaskápur – bolur – skyrta – rúm – penni – lykill – jakki – klósett – flaska

rúm – rúmið ....

....

2. Setzen Sie den bestimmten Artikel an die Substantive.

kaffi.......	spegill.......	sturta.......
maður.......	búð.......	Þjóðverji.......
kona.......	barn.......	bíó.......
bíll.......	míníbar.......	sófi.......
pasta.......	hurð.......	kaka.......
hundur.......	dagblað.......[1]	bjór.......
bók.......	vaskur.......[2]	hótel.......
epli.......	blússa.......	jökull.......
útvarp.......	Íslendingur.......	

[1] dagblað (n) – Zeitung, [2] vaskur (m) – Waschbecken

3. Streichen Sie die Wörter, die man in der Regel nicht in einem Hotelzimmer findet.

a) rúm – bíll – koddi – sæng

b) sími – fataskápur – steinn – stóll

c) íslenskuæfing – borð – gluggi – flaska

d) vaskur – klósett – sturta – jökull

e) lampi – fjall – peningaskápur – súkkulaði

f) glas – sígaretta – mynd – lykill

g) sjónvarp – sófi – flugrúta – klukka

4. Setzen Sie die richtige Form von *minn* und den bestimmten Artikel, falls nötig, hinter das Substantiv.

blússa. . . . .

pabbi. . . . .

bolur. . . . .

epli. . . . .

lykill. . . . .

mamma. . . . .

flaska. . . . .

sjónvarp. . . . .

bróðir. . . . .[1]

skyrta. . . . .

handklæði. . . . .

systir. . . . .[2]

auga. . . . .

penni. . . . .

bíll. . . . .

sæng. . . . .

sófi. . . . .

klukka. . . . .

[1] bróðir (m) – Bruder, [2] systir (f) – Schwester

5. Übersetzen Sie ins Isländische.

a) Wo ist mein Buch? . . . .

b) Dein Buch ist dort. . . . .

c) Wo ist mein Schlüssel? . . . .

d) Dein Schlüssel ist hier. . . . .

e) Ist das deine Bluse? . . . .

f) Nein, das ist mein Hemd. . . . .

g) Ist das dein Glas? ....

h) Ja, das ist mein Glas. ....

i) Wo ist dein Papa? ....

j) Mein Papa ist in Húsavík. ....

k) Ist deine Mutter auch dort? ....

l) Wo ist dein Bruder? ....

m) Mein Bruder ist in Reykjavík..................................

n) Bist du mein Freund? ....

o) Ja, ich bin dein Freund. ....

■ Lektion 7

Zahlen

I. Lösen Sie die Rechenaufgaben, indem Sie die richtigen Buchstaben einsetzen. (+ plús, - mínus, = eru)

E		N	N	+	T		E		R	=	Þ		Í	
F		Ó	R		R	+	F				=	N	Í	
T	Ó			-	T			=		V		I		
Þ		E	T	T		N	-	S			=			Ö

2. Schreiben Sie die Zahlen aus.

a) 1 .... f) 6 ....

b) 2 .... g) 7 ....

c) 3 .... h) 8 ....

d) 4 .... i) 9 ....

e) 5 .... j) 10 ....

3. Schreiben Sie die Zahlen aus.

a) 24 .... j) 29 ....

b) 15 .... k) 84 ....

c) 19 .... l) 17 ....

d) 43 .... m) 51 ....

e) 66 .... n) 14 ....

f) 12 .... o) 35 ....

g) 92 .... p) 18 ....

h) 78 .... q) 47 ....

i) 13 .... r) 11 ....

4. Schreiben Sie die Zahlen in Ziffern.

a) .... fjögur hundruð fimmtíu og níu

b) .... níu hundruð tuttugu og þrír

c) .... tvö þúsund eitt hundrað þrjátíu og fjórir

d) .... eitt þúsund þrjú hundruð og ellefu

e) .... átta þúsund sjö hundruð áttatíu og fimm

f) .... sex þúsund tvö hundruð fjörutíu og tveir

5. Partnerarbeit: Partner A deckt die rechte Seite der Tabelle ab und Partner B die linke. Partner A erfragt von Partner B die Telefonnummern, die ihm fehlen. Partner B erfragt seine fehlenden Telefonummern.

A: Hvað er símanúmerið hjá Önnu?
B: Símanúmerið hjá Önnu er ... Hvað er símanúmerið hjá ...?

Partner A	Partner B
símanúmerið hjá Önnu: **859 2463**	símanúmerið hjá Önnu:
símanúmerið hjá Bjarna:	símanúmerið hjá Bjarna: **627 3915**
símanúmerið hjá Ásu: **55 06 78 11 69**	símanúmerið hjá Ásu:
símanúmerið hjá Björk:	símanúmerið hjá Björk: **13 89 74 39 41**
símanúmerið hjá Eggert: **244 5854**	símanúmerið hjá Eggert:
símanúmerið hjá Hönnu:	símanúmerið hjá Hönnu: **0173 5942682**
símanúmerið hjá Michael: **01522 6894225**	símanúmerið hjá Michael:
símanúmerið hjá mömmu Hönnu:	símanúmerið hjá mömmu Hönnu: **642 9457**

6. Übersetzen Sie ins Isländische.

a) Wie ist deine Telefonnummer? ....

b) Meine Telefonnummer ist ... .

c) Wo ist mein Telefon? ....

d) Dein Telefon ist hier. ....

e) Wo ist das Hotel? ....

f) Es ist in Reykjavík. ....

g) Ist das deine Wasserflasche? ....

h) Nein, das ist nicht meine Flasche. ....

i) Schön, dich zu sehen. ....

j) Was gibt es Neues? ....

k) Wie geht es dir? ....

l) Mir geht es gut, danke. Und dir? ....

m) Danke für das letzte Mal. ....

Lektion 8

Ich bin hungrig

1. Füllen Sie die fehlenden Lücken aus.

männlich = hann er ...	weiblich = hún er ...	sächlich = það er ...
sterkur	sterk	sterkt
svangur		
grænn		
	rauð	
	grá	
		gamalt
		gott
þægur		
	ströng	

nýr		
frábær		
		blátt
	köld	
heitur		
	áhugaverð	
		erfitt
langur		
		brúnt
	há	
fallegur		

2. Verbinden Sie, was zusammengehört.

a) stór — (1) neu

b) lítill — (2) schwierig

c) góður — (3) groß

d) nýr — (4) hungrig

e) langur — (5) hoch

f) gamall — (6) klein

g) erfiður — (7) lang

h) hár — (8) durstig

i) svangur — (9) gut

j) þyrstur — (10) alt

3. Finden Sie das Gegenteil.

a) stór ....

b) nýr ....

c) kaldur ....

4. Wie kann der Satz fortgeführt werden? Kreuzen Sie an. Es gibt auch mehr als eine Möglichkeit.

a)	Harpan er fallegt	❒ bygging.	❒ tónlistarhús.	❒ kona.
b)	Maðurinn er	❒ sterkur.	❒ gamall.	❒ svöng.
c)	Barnið er	❒ þæg	❒ lítið.	❒ stór.
d)	Það er gott	❒ veður.	❒ hundur.	❒ tónlist.
e)	Himinninn er	❒ blátt.	❒ grár.	❒ fallegur.
f)	Þetta er heitt	❒ steinn.	❒ kaffi.	❒ vatn.
g)	Taskan er	❒ rauð.	❒ brún.	❒ of lítið.
h)	Mamma er	❒ strangur.	❒ ströng.	❒ falleg.
i)	Þetta er góður	❒ veður.	❒ vinur.	❒ strákur.
j)	Íslenskan er	❒ erfið	❒ gott.	❒ gamalt.

5. Setzen Sie die richtige Form des Adjektivs in die Lücken.

a) Í dag er .... (góður) veður í Reykjavík. Það er ekki of .... (kaldur).

b) Taskan mín er .... (blár) og .... (rauður.)

c) Þarna er .... (lítill) strákur. Hann er mjög .... (þægur).

d) Íslenskan er mjög . . . . (áhugaverður) en líka . . . . (erfiður).

e) Er líf þitt . . . . (erfiður)?

f) Er vatnið . . . . (heitur) eða . . . . (kaldur)?

g) Amma mín er . . . . (gamall).

h) Ísland er . . . . (dýr) land.

i) Byggingin er . . . . (hár). Hótelið er ekki . . . . (hár).

j) Þýskaland er ekki . . . . (lítill) land.

k) Grasið er . . . . (grænn) og himinninn er . . . . (blár).

l) Er barnið . . . . (svangur)?

m) Stelpan er mjög . . . . (svangur) og . . . . (þyrstur).

6. Beantworten Sie die Fragen und korrigieren Sie, wenn nötig.

a) Er grasið blátt? . . . .

b) Er Atlantshafið kalt? . . . .

c) Er íslenska erfið? . . . .

d) Er Ísland dýrt land? . . . .

e) Ert þú svangur/svöng? . . . .

7. Bringen Sie den Dialog in die richtige Reihenfolge.

a) Er þetta ný taska?

b) Bless bless.

c) Hæ, gaman að sjá þig.

d) Nei, hún var ekki dýr. Gaman að hitta þig.

e) Allt þetta fína. Veðrið er mjög gott í dag.

f) Hæ, sömuleiðis. Takk fyrir síðast. Hvað segirðu gott?

g) Jú jú, en kannski aðeins of rauð. Var taskan dýr?

h) Sömuleiðis. Sjáumst.

i) Já, hún er ný. Er hún ekki fín?

j) Já einmitt. Mjög fínt og ekki of kalt.

k) Ég segi allt ágætt. En þú?

8. Übersetzen Sie ins Isländische.

a) Die Esja ist ein hoher Berg nördlich von Reykjavík.

....

b) Die Harpa ist ein schönes Konzerthaus in Reykjavík.

....

c) Das Wetter ist gut. Es ist nicht zu heiß und nicht zu kalt.

....

d) Der Junge ist müde. Ist das Mädchen auch müde?

e) Island ist ein schönes und großes Land.

f) Isländisch ist sehr interessant, aber auch schwierig.

g) Ist das Auto neu? – Nein, das ist ein sehr altes Auto.

h) Hanna ist eine schöne und glückliche Frau und Michael ein schöner und glücklicher Mann.

i) Schau, dort ist der Atlantik.

j) Warte einen Moment.

k) Ich komme gleich.

Lektion 9

Was machst du gerade?

I. Setzen Sie die richtige Form von *vera (sein)* ein.

a) Hanna .... að greiða sér.

b) .... þið að drekka kaffi?

c) Við ....að koma.

d) Þú .... ekki að flýta þér.

e) Þau .... að dansa saman [1].

f) Ég .... að tala í símann.

g) .... þú að læra íslensku?

h) .... þeir að bíða?

i) Mamma og pabbi .... að borða pasta.

j) Michael .... að borða lasanja.

k) Ég .... að þvo mér í framan.

l) Hanna .... að mála sig.

m) Þær .... að klæða sig.

n) .... þið frá Íslandi? – Nei, við .... frá Þýskalandi.

[1] saman – zusammen

2. Hvað er fólkið að gera? – Was machen die Leute? Schreiben Sie wie im Beispiel.

þurrka á sér hárið – prjóna – klæða sig – læra – tala í símann – dansa saman – bíða – borða – mála sig – greiða sér – drekka – synda

Hún er að þurrka á sér hárið.

3. Setzen Sie die fehlenden Wörter in den Dialog.

að – út – þvo – dýrt – míníbarnum – svangur – hvað – klæða – ilmvatn gera – núna – hverju – hárið – ert – nammi – við – mig – mér – erum

Michael: Hvað ertu að . . . . ?

Hanna: Ég er að tala . . . . þig.

Michael: . . . . ertu að gera núna?

Hanna: Ég er að þurrka á mér ....

Michael: En núna?

Hanna: Ég er að greiða mér. Núna er ég að .... mér í framan og mála .... Hvað .... þú að gera?

Michael: Ég er .... bíða.

Hanna: Aumingja þú! Ég er að flýta ....

Michael: Hvað ertu að gera .... ?

Hanna: Ég er að .... mig. En þú?

Michael: Ég er að borða .... úr ....

Hanna: Hættu því! Það er of .... Af .... ertu að að borða nammið?

Michael: Af því að ég er svo ....

Hanna: Ég er bara að setja á mig ....

Michael: Hvað .... við að fara að gera núna?

Hanna: Við erum að fara .... að borða. Komdu!

4. Fragen zum Dialog: Richtig oder falsch? Kreuzen Sie an.

	rétt	rangt
Michael er að þvo sér í framan.	❐	❐
Michael er að borða nammi af því að hann er svo svangur.	❐	❐
Hanna er að setja á sig ilmvatn.	❐	❐
Michael er að bíða og er glaður.	❐	❐
Hanna er ekki að mála sig.	❐	❐

5. Übersetzen Sie ins Isländische.

a) Was macht Hanna gerade? – Sie föhnt sich die Haare.

....

b) Was macht Michael gerade? – Er wartet.

....

c) Was machen Hanna und Michael gerade? – Sie sprechen Isländisch.

....

d) Was macht ihr gerade? – Wir essen gerade Pasta.

....

e) Was machst du gerade? – Ich kämme mich.

....

f) Was machen wir gerade? – Ihr trinkt Bier.

....

g) Was nachen sie gerade? – Sie spielen Fußball.

....

h) Helgi und Helga ziehen sich gerade an.

....

i) Er parfümiert sich gerade ein.

....

j) Süßigkeiten aus der Minibar sind teuer. Hör auf, die Süßigkeiten zu essen.

....

....

k) Warum wartet Michael? – Weil Hanna sich fertig macht.

....

....

l) Michael ist hungrig.

....

m) Ist Hanna auch hungrig?

....

n) Komm!

....

Lektion 10

Wie viele Möwen sind das?

1. Bilden Sie die Mehrzahl folgender Substantive.

a) lampi	....	n) penni	....
b) kaka	....	o) taska	....
c) epli	....	p) lykill	....
d) maður	....	q) glas	....
e) kona	....	r) bíll	....
f) strákur	....	s) sæng	....
g) gestur	....	t) koddi	....
h) bók	....	u) rúm	....
i) jökull	....	v) nótt	....
j) auga	....	w) stelpa	....
k) barn	....	x) vinur	....
l) borg	....	y) hundur	....
m) hús	....	z) bygging	....

2. Setzen Sie *margir*, *margar* oder *mörg* in die erste und die richtige Zahl in die zweite Lücke.

a) Hvað eru þetta .... hundar? – Þetta eru .... (2) hundar.

b) Hvað eru þetta .... batterí? – Þetta eru .... (3) batterí.

c) Hvað eru þetta . . . . skeiðar? – Þetta eru . . . . (4) skeiðar.

d) Hvað eru þetta . . . . Þjóðverjar?– Þetta eru . . . . (200) Þjóðverjar.

e) Hvað eru þetta . . . . hús? – Þetta er . . . . (31) hús.

f) Hvað eru þetta . . . . stólar? – Þetta eru . . . . (11) stólar.

g) Hvað eru þetta . . . . börn? – Þetta eru . . . . (2) börn.

h) Hvað eru þetta . . . . símar? – Þetta eru . . . . (4) símar.

i) Hvað eru þetta . . . . æfingar? – Þetta eru . . . . (22) æfingar.

j) Hvað eru þetta . . . . hótel? – Þetta eru . . . . (43) hótel.

k) Hvað eru þetta . . . . sængur? – Þetta eru . . . . (3) sængur.

l) Hvað eru þetta . . . . handklæði? – Þetta er . . . . (1) handklæði.

m) Hvað eru þetta . . . . skápar? – Þetta eru . . . . (2) skápar.

n) Hvað eru þetta . . . . flöskur? – Þetta eru . . . . (5) flöskur.

o) Hvað eru þetta . . . . sjónvörp? – Þetta eru . . . . (2) sjónvörp.

p) Hvað eru þetta . . . . speglar? – Þetta er . . . . (1) spegill.

q) Hvað eru þetta . . . . borð? – Þetta er . . . . (1) borð.

3. Bilden Sie die Einzahl folgender Substantive.

a) mömmur . . . . e) konur . . . .

b) pabbar . . . . f) borgir . . . .

c) hjörtu . . . . g) dagar . . . .

d) bækur . . . . h) kvöld . . . .

i)	steinar	....	r)	gluggar	....
j)	könnur	....	s)	skálar	....
k)	Íslendingar	....	t)	klukkur	....
l)	fjöll	....	u)	útvörp	....
m)	byggingar	....	v)	sófar	....
n)	lyklar	....	w)	bíó	....
o)	búðir	....	x)	nætur	....
p)	glös	....	y)	rósir	....
q)	augu	....	z)	sængur	....

4. Beantworten Sie die Fragen zum Dialog im Lehrbuch.

a) Hvað voru margir túristar á Íslandi í fyrra?

....

b) Hvað búa margir á Íslandi?

....

c) Hvað er mikilvægt á Íslandi?

....

d) Hvað hlakkar Michael til að gera?

....

e) Hvað er Laugavegur?

....

f) Hvert eru Hanna og Michael að fara núna?

. . . .

g) Er Michael svangur?

. . . .

5. Übersetzen Sie ins Isländische.

a) Auf Island gibt es viele Gletscher, viele Seen und viele Strände.

. . . .

. . . .

b) Es kommen immer unglaublich viele Touristen nach Island.

. . . .

c) Die Natur ist sehr wichtig auf Island.

. . . .

d) In Reykjavík gibt es viele Souvenirgeschäfte, viele Restaurants und viele Bars.

. . . .

. . . .

e) Hier gibt es Informationen für Touristen.

. . . .

f) Der Laugavegur ist sehr beliebt. Jugendliche kommen hierher zum Feiern.

. . . .

. . . .

Lektion 11

Im Restaurant

kjúklingur – salat – kótiletta
sveppir – franskar – samloka
hamborgari – hákarl – gulrætur
tómatar – paprika – salt og
pipar – pylsa með öllu – svið
rækjur – pítsa

1. Speisen: Füllen Sie die Lücken aus.

a) Hvað er þetta? – Þetta er/eru + *Nominativ*
b) Hvað ætlar þú að fá? – Ég ætla að fá + *Akkusativ*

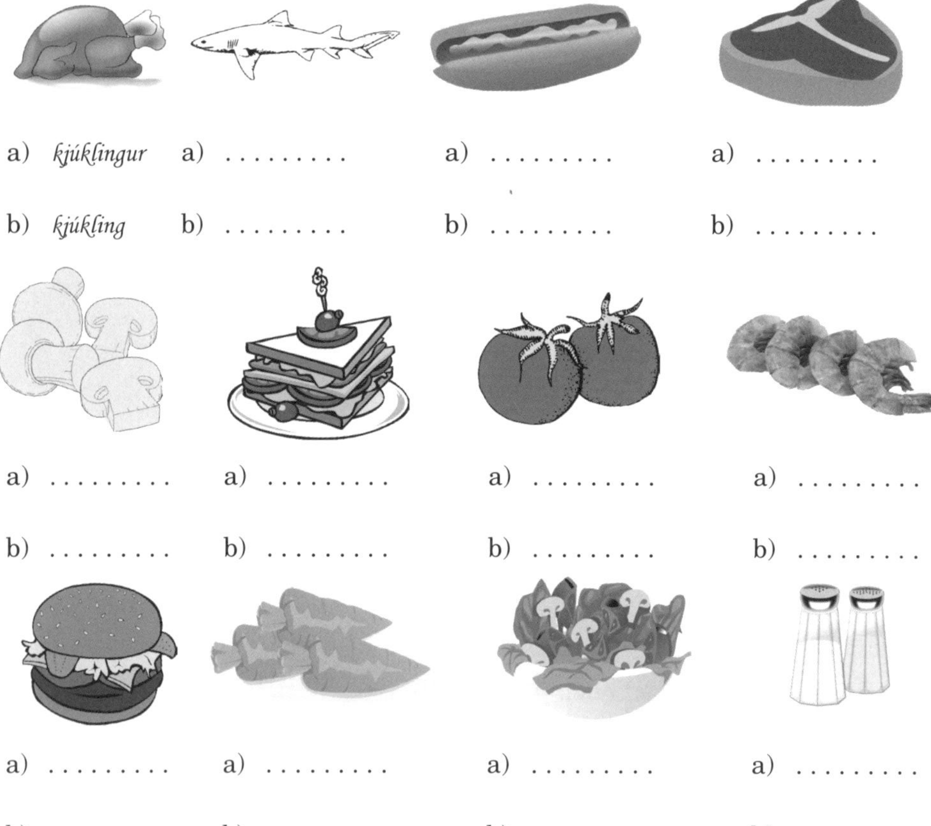

a) *kjúklingur*	a)	a)	a) . . . .
b) *kjúkling*	b)	b)	b) . . . .
a)	a)	a)	a) . . . .
b)	b)	b)	b) . . . .
a)	a)	a)	a) . . . .
b)	b)	b)	b) . . . .

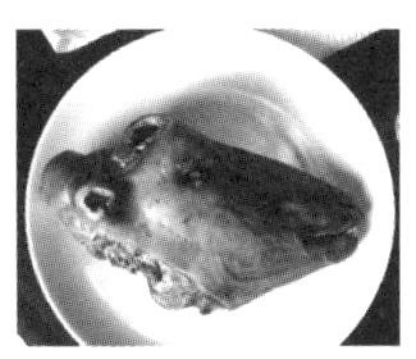

a) .... a) .... a) .... a) ....

b) .... b) .... b) .... b) ....

2. Getränke: Füllen Sie die Lücken aus.

a) Hvað er þetta? – Þetta er + *Nominativ*
b) Hvað ætlar þú að fá? – Ég ætla að fá + *Akkusativ*

kók – te – espressó – kokteill bjór – sódavatn – rauðvín eplasafi – mjólk – kaffi heitt súkkulaði – gos

a) *kók* a) .... a) .... a) ....

b) *kók* b) .... b) .... b) ....

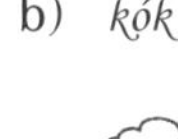

a) .... a) .... a) .... a) ....

b) .... b) .... b) .... b) ....

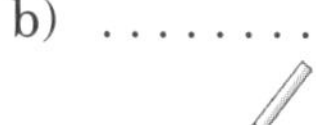

a) .... a) .... a) .... a) ....

b) .... b) .... b) .... b) ....

3. Gemüse: Verbinden Sie, was zusammengehört.

a)	blómkál	(1)	Tomaten
b)	brokkolí	(2)	Gurke
c)	laukur	(3)	Blumenkohl
d)	agúrka	(4)	Erbsen
e)	hvítlaukur	(5)	Zwiebel
f)	gulrætur	(6)	Brokkoli
g)	tómatar	(7)	Karotten
h)	grænar baunir	(8)	Knoblauch

4. Bilden Sie die Mehrzahl.

tómatur	....	kokteill	....
baun	....	laukur	....
sveppur	....	pítsa	....
kartafla	....	lax	....
salat	....	rækja	....
kaka	....	gulrót	....

5. Fügen Sie den bestimmten Artikel an.

a)	hamborgari.....	d)	rauðspretta.....	g)	lundi.....
b)	blómkál.....	e)	kók.....	h)	snitsel.....
c)	silungur.....	f)	kjöt.....	i)	steik.....

j) gulrót. . . . .
k) folald. . . . .
l) brokkolí. . . . .
m) ís. . . . .
n) skyr. . . . .
o) mjólk. . . . .
p) kaffi. . . . .
q) espressó. . . . .
r) te. . . . .
s) bjór. . . . .
t) brennivín. . . . .
u) pipar. . . . .

6. Welche Fleischsorte suchen wir?

 + kjöt = ...

 + kjöt = ...

 + kjöt = ...

 + kjöt = ...

 + kjöt = ...

 + kjöt = ...

7. Was passt nicht in die Reihe?

a) hamborgari – franskar – pítsa – baunir

b) brennivín – kók – rauðvín – bjór

c) espressó – kakó – safi – kaffi

d) svínakjöt – nautakjöt – ávextir – folald

e) snitsel – pipar – salt – sinnep

f) kaka – súpa – ís – skyr

g) rauðspretta – ýsa – þorskur – kjúklingur

8. Im Restaurant: Welche Phrasen gehören zusammen?

a)	Hvað viltu borða?	(1)	Ich hätte gern ...
b)	Hvað má bjóða þér að drekka?	(2)	Darf ich bitte die Speisekarte haben?
c)	Ertu tilbúin/n að panta?	(3)	Noch etwas?
d)	Má ég fá matseðilinn, takk?	(4)	Was ist die Tagessuppe?
e)	Ég ætla að fá ...	(5)	Entschuldigung.
f)	Hvaða meðlæti viltu fá?	(6)	Das ist alles, danke.
g)	Eitthvað fleira?	(7)	Was kann ich Ihnen zu trinken anbieten?
h)	Afsakið!	(8)	Welche Beilage möchten Sie?
i)	Það er komið, takk.	(9)	Was möchten Sie essen?
j)	Hvað er súpa dagsins?	(10)	Haben Sie gewählt?

9. Sprachmittlung: Sie sind mit einem Freund in einem Restaurant in Island. Er möchte das Dreigängemenü nehmen. Suchen Sie je nach vorgegebener Situation etwas für ihn heraus.

a) Er ist Vegetarier und er trinkt keinen Alkohol.
b) Er möchte etwas Isländisches probieren.
c) Sein Magen reagiert sehr empfindlich auf unbekannte Gerichte.

Matseðill

Þriggja rétta tilboð

Forréttir

Súpa dagsins og brauð	1100 kr.
Ostabitar með pestó	890 kr.
Lítið salat og rækjur	1070 kr.

Aðalréttir

Lambasteik og meðlæti	4120 kr.
Lambalæri og meðlæti	3990 kr.
Ostborgari og franskar	2450 kr.
Vínarsnitsel, sveppir og franskar	3190 kr.
Lax og núðlur með sítrónusósu	3090 kr.
Sumarsalat	1990 kr.
Grænmetislasanja	2450 kr.

Súpa dagsins
Íslensk fiskisúpa

Eftirréttir

Súkkulaðikaka með rjóma	1020 kr.
Ís og ávextir með rjóma	990 kr.
Skyrterta	1020 kr.

Meðlæti

franskar	gulrætur
hrísgrjón	baunir
kartöflur	brokkolí
núðlur	

Áfengir drykkir

Bjór	880 kr.
Rauðvín/hvítvín	900 kr.

Óáfengir drykkir

gos	350 kr.	kaffi	360 kr.
appelsínusafi	400 kr.	espressó	300 kr.

10. Partnerarbeit: Erstellen Sie einen Dialog im Restaurant und verwenden Sie die Speisekarte aus Aufgabe 9.

✓ Hvað ætlar þú að fá í forrétt/aðalrétt/eftirrétt?
✓ Hvernig viltu fá kjötið? Lítið steikt, meðalsteikt eða vel steikt?
✓ Hvaða meðlæti viltu fá?
✓ Hvað viltu drekka?

11. Setzen Sie die richtige Form von *mega*, *vilja* oder *ætla* ein.

a) Góðan daginn, ég . . . . að fá eina pylsu með öllu.

b) Hvaða meðlæti . . . . þú fá?

c) . . . . ég fá matseðilinn?

d) Við . . . . að fara til Íslands í sumar[1].

e) . . . . þið að fá eitthvað að drekka?

f) Börn . . . . ekki drekka áfengi.

g) Við . . . . að fá kók.

h) . . . . .við bjóða þér eitthvað að drekka?

i) Hanna und Michael . . . . skoða Ísland.

j) Michael . . . . að fara aftur til Þýskalands eftir viku[2].

k) Michael . . . . læra íslensku.

l) Hanna . . . . að hjálpa Michael að læra íslensku.

m) . . . . þið eitthvað fleira?

[1] í sumar – in diesem Sommer, [2] eftir viku – in einer Woche

12. Übersetzen Sie ins Isländische.

a) Entschuldigung, kann ich bitte die Speisekarte bekommen?

. . . .

b) Die Speisekarte ist auf Isländisch.

. . . .

c) Ich möchte gern auf Isländisch bestellen.

. . . .

d) Ich hätte gern eine Tagessuppe als Vorspeise.

. . . .

e) Wir hätten gern einen Hamburger und Pommes als Hauptgang.

. . . .

f) Möchtet ihr Schokoladenkuchen als Nachtisch?

. . . .

g) Was kann ich dir/Ihnen zu trinken anbieten?

. . . .

h) Ich hätte gern einen Orangensaft. . . . .

i) Haben Sie gewählt? . . . .

j) Hanna ist Vegetarierin. . . . .

k) Das Essen ist lecker. . . . .

l) Das klingt gut. . . . .

Lektion 12

Nach dem Essen

1. Fügen Sie den bestimmten Artikel (Einzahl oder Mehrzahl) an.

a) hamborgarar.......	i) vatn.......	q) agúrka.......
b) pasta.......	j) pítsur.......	r) kakó.......
c) reikningur.......	k) hvítvín.......	s) kokteilar.......
d) Íslendingar.......	l) gulrætur.......	t) lambakjöt.......
e) konur.......	m) bók.......	u) folöld.......
f) salöt.......	n) sófi.......	v) kartöflur.......
g) rækjur.......	o) kaffi.......	w) svið.......
h) laxar.......	p) sveppir.......	x) drykkir.......

2. Bilden Sie neue Sätze, indem Sie den Akkusativ des kursiv gedruckten Substantivs bilden.

a) Þetta er *reikningurinn*. Má ég fá ....?

b) Þetta er *súkkulaðikakan*. Ég ætla að fá ....

c) Þetta eru *tómatarnir*. Ég er að borða...........................

d) Þetta er *ostborgari*. Ég ætla að fá ....

e) Þetta er *peysan*. Er amma að prjóna ....?

f) Hér eru *mennirnir*. Ertu að tala við ....?

g) Hér er *fótbolti*. Ertu að spila ....?

h) Hér eru *kjötbollurnar*. Ertu að borða.........................?

i) Hér er *spurning*. Ég er með.........................

j) Hér eru *sveppirnir*. Ertu að borða.........................?

k) Hér eru *ostabitarnir*. Ertu að borða.........................?

3. Bilden Sie neue Sätze, indem Sie den kursiv gedruckten Teil in den Plural setzen.

a) Þetta er *penninn*. ....

b) Hvar er *vatnsflaskan*? ....

c) *Barnið* er að lesa *bókina*...............................

d) Ég borða *tómatinn*. ....

e) *Vinkonan* er heima. ....

f) Ég borða *kartöflu*. ....

g) Ég er að tala við *vininn*...............................

h) *Vinurinn* ætlar að fá kók...............................

i) Þeir eru að borða *samloku*...............................

j) Þeir eru að grilla *lax*. ....

k) *Maðurinn* vill drekka te...............................

4. Was passst zusammen?

a)	Kjötið var ...	(1)	hár.
b)	Lambasteikin er ...	(2)	heit.
c)	Súpan er of ...	(3)	pakksödd.
d)	Michael er ...	(4)	meyr.
e)	Reikningurinn er ...	(5)	ferskt.
f)	Maturinn var ...	(6)	pakksaddur.
g)	Salatið var ...	(7)	seigt.
h)	Hanna er ...	(8)	girnilegur

5. Was passst nicht in die Reihe?

a) meyr – girnilegur – ferskur – seigur
b) södd – þyrstur – ánægð – glöð
c) tómatar – gulrætur – grænmetisæta – laukar

6. Nach dem Essen: Was passst zusammen?

a)	Má ég fá reikninginn, takk.	(1)	Möchten Sie eine Quittung?
b)	Er hægt að borga með kreditkorti?	(2)	Können wir getrennt zahlen?
c)	Viltu afrit?	(3)	Nichts zu danken.
d)	Er hægt að borga sitt í hvoru lagi?	(4)	Kann ich bitte die Rechnung bekommen.
e)	Alveg sjálfsagt.	(5)	Kann man mit Kreditkarte bezahlen?
f)	Takk fyrir mig.	(6)	Wir danke für dein/Ihr Kommen.
g)	Takk fyrir komuna.	(7)	Selbstverständlich.
h)	Ekkert að þakka.	(8)	Wir haben zu danken.
i)	Takk fyrir okkur.	(9)	Ich bedanke mich.

7. Setzen Sie die Sätze in die Vergangenheit.

a) Það *er* gaman að sjá þig. ....

b) Við *erum* í Reykjavík. ....

c) Hvar *ert*u? ....

d) Kjötið *er* mjög meyrt. ....

e) Hvernig *eru* kartöflurnar? ....

f) *Eruð* þið að borða fiskisúpu? ....

g) Ég *er* ánægður með matinn. ....

8. Übersetzen Sie ins Isländische.

a) Kann ich bitte die Rechnung bekommen? – Selbstverständlich.

....

b) Ist es möglich, mit Kreditkarte zu bezahlen?

....

c) Michael bezahlt alles zusammen. Er lädt Hanna ein.

....

d) Ich hätte gern einen Espresso zum Nachtisch.

....

e) Das Lammsteak war zart und überhaupt nicht zäh.

....

f) Der Salat war frisch und sehr köstlich.

. . . .

g) Es ist nicht üblich, ein Trinkgeld auf Island zu geben.

. . . .

h) Das kommt nicht in Frage. . . . .

i) Wo ist der Eingang? . . . .

j) Möchten Sie eine Quittung? . . . .

k) Danke für Ihr Kommen. . . . .

l) Ich habe zu danken. . . . .

Lektion 13

Hast du schon bezahlt?

1. Was passt zusammen?

a)	Hanna er ...	(1)	búinn að borga.
b)	Mennirnir eru ...	(2)	búnar að prjóna peysu.
c)	Fólkið er ...	(3)	búin að búa í Þýskalandi í fjögur ár.
d)	Michael er ...	(4)	búið að drekka kaffi.
e)	Stelpurnar eru ...	(5)	búin að borða.
f)	Maturinn er ...	(6)	búnir að borða fiskinn.
g)	Hanna og Michael eru ...	(7)	búinn.

2. Setzen Sie die richtige Form von *búinn* ein.

a) Er Michael .... að fá reikninginn?

b) Hanna og Michael eru .... að borða.

c) Hvað eruð þið .... að vera lengi í Reykjavík, stelpur?

d) Pabbi og afi eru .... að drekka brennivín.

e) Er barnið .... að drekka mjólkina?

f) Amma og mamma eru .... að baka köku.

g) Hvað er Hanna .... að búa lengi í Þýskalandi?

h) Er Michael .... að fá afritið?

i) Fólkið er .... að koma til Íslands.

3. Übersetzen Sie ins Isländische.

a) Haben Kalli und Palli schon gegessen? – Nein, sie haben noch nicht gegessen.

....

....

b) Hast du schon bezahlt? – Ja, ich habe auch schon die Quittung bekommen.

....

....

c) Sind die Mädchen schon nach Island gekommen?

....

d) Wie lange wohnt Hanna schon in Deutschland?

....

e) Hanna wohnt schon seit vier Jahren in Deutschland.

....

f) Wie lange ist Michael schon in Island?

....

g) Michael ist schon seit einem Tag in Island.

....

Lektion 14

Was machst du in der Freizeit?

1. Schreiben Sie die Infinitive der Verben unter die Bilder.

fara í bíó – spila á píanó – spila tölvuleiki – prjóna – skokka – fara í fjallgöngu horfa á sjónvarpið – stunda jóga – fara í sund – spila fótbolta – fara á hestbak spila blak – fara á djammið – hlusta á tónlist – spila á gítar – elda mat

....

....

. . . .

. . . .

2. Beugen Sie die schwachen Verben der a-Klasse.

a) . . . . (spila) þú fótbolta? – Nei, ég . . . . (hata) fótbolta.

b) Við . . . . (borða) oft kökur sem amma . . . . (baka) sjálf.

c) . . . . (spila) þið á hljóðfæri? – Já, Ari . . . . (spila) á gítar?

d) Ragnheiður . . . . (hlusta) á klassíska tónlist.

e) Við . . . . (tala) bara íslensku.

f) Börnin . . . . (hjóla [1]) í skólann.

g) Hún . . . . (þurrka) á sér hárið.

h) . . . . (stunda) þið oft íþróttir?

i) Ég . . . . (ætla) að fá hamborgara og franskar.

j) . . . . (baka) við skyrtertu í dag?

k) Sumir . . . . (stunda) jóga.

l) Hanna . . . . (mála) sig fyrir framan spegilinn.

m) Við . . . . (dansa) alla nóttina.

n) Það . . . . (kólna) á morgun.

o) . . . . (tala) þið oft í símann?

p) Mamma og pabbi . . . . (skoða) húsið.

q) Amma . . . . (elda) matinn.

r) . . . . (hlakka) þú til að koma til Íslands?

s) Þær . . . . (borga) sitt í hvoru lagi.

[1] að hjóla (a) – Rad fahren

3. Beugen Sie die schwachen Verben der i-Klasse.

a) Hanna . . . . (greiða) sér í baðherberginu.

b) Michael . . . . (klæða) sig.

c) Hvað . . . . (segja) þú gott?

d) Við . . . . (hitta) vini í Reykjavík.

e) Hvað . . . . (gera) þú í frítímanum?

f) Ég . . . . (heita) Ólafur.

g) Hanna . . . . (flýta) sér ekki.

h) Amma . . . . (segja) mér sögu.

i) Ég . . . . (hætta) því ekki.

j) . . . . (læra) þið íslensku?

k) . . . . (synda) þú mikið?

l) Við . . . . (horfa) oft á bíómyndir.

m) Hann . . . . (læra) á flautu og ég . . . . (læra) á píanó.

n) Af hverju . . . . (flýta) þið ykkur ekki?

o) Hvað . . . . (heita) maðurinn?

4. Beugen Sie die schwachen Verben der Nullklasse.

a) Hanna . . . . (setja) á sig ilmvatn.

b) Amma Hönnu . . . . (selja) peysur á flóamarkaði.

c) Michael . . . . (semja) tónlist sjálfur.

d) Ég . . . . (telja) frá núll til tíu á íslensku.

e) Þið . . . . (selja) ýmislegt.

f) Af hverju . . . . (setja) þú bókina ekki á borðið?

g) Mamma . . . . (vekja[1]) börnin.

h) Ég . . . . (semja) bók um Ísland.

i) Hann . . . . (leggja) á borðið[2].

j) Ég . . . . (skilja[3]) ekki íslensku.

[1] að vekja – wecken, [2] að leggja á borðið – den Tisch decken, [3] að skilja – verstehen

5. Beugen Sie die Verben.

a) Við . . . . (hata) blak, en við . . . . (elska) fótbolta.

b) Michael . . . . (æfa) sig mikið.

c) . . . . (vera) þú búinn að borga?

d) Hvað . . . . (vera) þið búnir að búa lengi á Íslandi?

e) Amma . . . . (prjóna) og . . . . (hekla) í frítímanum.

f) Ég . . . . (vita) það ekki.

g) Við . . . . (ætla) að fá tvær samlokur.

h) Ég . . . . (setja) diskana[1] í eldhússkápinn.

i) . . . . (mega) ég bjóða þér eitthvað að drekka?

j) Stelpan . . . . (dansa) við Ara.

k) . . . . (eiga) við ekki að fara út að borða?

l) Ég . . . . (æfa) mig mikið.

m) Strákurinn . . . . (telja) bílana.

n) Hvað . . . . (segja) þið gott í dag?

o) Þú . . . . (mega) eiga bókina.

p) . . . . (læra) þið íslensku?

q) . . . . (eiga) þú ekki bíl?

r) Það . . . . (vera) gaman að hitta þig.

s) Hvað . . . . (heita) þið?

t) . . . . (mega) við borða það?

u) Stelpurnar . . . . (vera) að mála sig.

v) Hann . . . . (vita) mikið um Ísland

w) Við . . . . (selja) kökur og tertur.

x) Ég . . . . (eiga) hest og Páll . . . . (eiga) hund.

[1] disk·ur (m/-ar) – Teller

6. Verbinden Sie die beiden Sätze, indem Sie einen Relativsatz bilden.

Þetta er jakki. Maðurinn á jakkann.
→ Þetta er jakkinn sem maðurinn á.

a) Þetta er *peysa*. Amma selur *peysuna* sjálf.

. . . .

b) Ég þekki *stelpu*. *Stelpan* spilar á hörpu.

. . . .

c) Þetta er *hamborgari*. Michael vill borða *hamborgarann*.

. . . .

d) Þetta er *hótel*. Við gistum á *hótelinu*.

. . . .

e) Þetta eru *tölvuleikir*. Michael spilar *tölvuleikina*.

. . . .

f) Við tölum um *tónlist*. Þið hlustið á *tónlistina*.

. . . .

g) Við hlustum á *tónlist*. Þið talið um *tónlistina*.

. . . .

h) Við förum á *veitingahús*. Hanna elskar *veitingahúsið*.

. . . .

7. Schreiben Sie die richtige Instrumentenbezeichnung unter die Bilder.

gítar – kontrabassi – trommur – fiðla – flauta – píanó – saxófónn – harpa

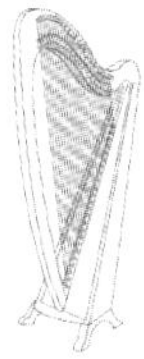

. . . .

. . . .

8. Á hvaða hljóðfæri spilar þú? Setzen Sie die richtige Form des Instruments in die Lücken ein.

Ég spila á . . . .

Ég spila á . . . .

Ég spila á . . . .

Ég spila á . . . .

Ég spila á . . . .

Ég spila á . . . .

Ég spila á . . . .

Ég spila á . . . .

9. Übersetzen Sie ins Isländische.

a) Was sind deine Hobbys? – Meine Hobbys sind Fußball und Volleyball.

. . . .

. . . .

b) Was machst du in der Freizeit? – Ich treibe Sport und treffe Freunde in der Freizeit.

. . . .

. . . .

c) Spielst du ein Instrument? – Ja, ich spiele Gitarre, Kontrabass und Geige.

. . . .

. . . .

d) Michael komponiert Musik. Er ist Musiker.

. . . .

e) Ich hasse Sport und Bewegung. Ich schaue oft fern.

. . . .

f) Im Sommer ist es möglich zu reiten und zu wandern.

. . . .

g) Im Winter gehen die Leute ins Fitnessstudio oder stricken Islandpullover.

. . . .

. . . .

h) Hanna strickt schlecht, aber die Oma ist darin sehr geschickt.

. . . .

i) Viele Isländer gehen an den Wochenenden feiern und schlafen den Tag danach lange.

. . . .

. . . .

j) Hanna will Michael einen Flohmarkt zeigen.

. . . .

k) Mama und Papa besitzen ein Haus. Ich besitze nur ein Auto.

. . . .

. . . .

10. Partnerarbeit: Führen Sie zu zweit ein Gespräch und sprechen Sie über Hobbys?

✓ Hver eru áhugamál þín?	Áhugamál mín eru *fótbolti og tónlist.*
✓ Hvað gerir þú oft í frítímanum?	Ég *spila* oft *á píanó* í frítímanum.
✓ Hvað gerir þú aldrei[1] í frítímanum?	Ég *horfi* aldrei *á sjónvarpið* í frítímanum.

[1] aldrei – nie

Lektion 15

Auf den Kirchturm

1. Schreiben Sie die Infinitive der Verben unter die Bilder.

fara upp – lesa bók – fá reikninginn – stökkva – sjá – drekka – taka mynd
hlaupa – fara niður – sofa – róa – búa til mat

. . . .

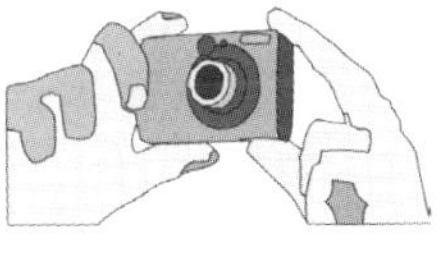

. . . .

....

2. Beugen Sie folgende starke Verben.

	að taka		að hlaupa		að fara		að fá		að lesa
ég	....	ég	....	ég	....	ég	....	ég	....
þú	....	þú	....	þú	....	þú	....	þú	....
hann	....	hann	....	hann	....	hann	....	hann	....
við	....	við	....	við	....	við	....	við	....
þið	....	þið	....	þið	....	þið	....	þið	....
þeir	....	þeir	....	þeir	....	þeir	....	þeir	....

	að bjóða		að sofa		að róa		að stökkva		að drekka
ég	....	ég	....	ég	....	ég	....	ég	....
þú	....	þú	....	þú	....	þú	....	þú	....
hann	....	hann	....	hann	....	hann	....	hann	....
við	....	við	....	við	....	við	....	við	....
þið	....	þið	....	þið	....	þið	....	þið	....
þeir	....	þeir	....	þeir	....	þeir	....	þeir	....

	að sjá		að hafa		að ljúga		að láta		að búa
ég	....	ég	....	ég	....	ég	....	ég	....
þú	....	þú	....	þú	....	þú	....	þú	....

hann	hann	hann	hann	hann ....
við	við	við	við	við ....
þið	þið	þið	þið	þið ....
þeir	þeir	þeir	þeir	þeir ....

3. Setzen Sie die richtige Form der Verben in den Dialog zwischen Hanna und Michael.

Michael: Hvert .... (vera) við að .... (fara) núna?

Hanna: Ég .... (vita) það ekki. .... (vera) þú þreyttur? .... (eiga) við að .... (fara) á hótelið?

Michael: Dagurinn var langur og ferðin þreytandi. Samt .... (vera) ég hress og kátur.

Hanna: Frábært .... (vilja) þú skoða miðbæinn? Það .... (vera) lengi bjart á sumrin.

Michael: Já. Sammála. Hvert .... (eiga) við að. .... (fara)?

Hanna: .... (fara) í Hallgrímskirkju. Þar .... (vera) hægt að .... (fara) upp í turninn. Þaðan .... (hafa) þú frábært útsýni yfir miðbæinn.

Michael: Það .... (hljóma) vel. .... (fara) þangað. .... (fara) þú oft upp í turninn þegar þú .... (vera) í Reykjavík?

Hanna: Nei, ég . . . . (fara) bara þegar ég . . . . (vera) með gesti í heimsókn. Ég . . . . (þekkja) útsýnið.

Michael: . . . . (eiga) við að . . . . (telja) þrepin þegar við . . . . (ganga) upp?

Hanna: Nei, ég . . . . (taka) lyftuna upp.

Michael: Lyftuna? . . . . (vera) þú að . . . . (gera) grín að mér? . . . . (vera) þetta ekki kirkja?

Hanna: Jú, en hún . . . . (vera) ekki gömul
Hvar . . . . (vera) myndavélin þín?

Michael: Hún . . . . (vera) hérna. . . . . (vilja) þú . . . . (taka) mynd?

Hanna: Já. Kannski . . . . (taka) ég mynd af þér fyrir framan Hallgrímskirkju.

Michael: Takk. . . . . (vita) þú hvernig hún . . . . (virka)?

Hanna: Já. Ég . . . . (ýta) einfaldlega á takkann ... Komið.

4. Wohin gehen Sie? Bilden Sie den Akkusativ. Achten Sie auf den bestimmten Artikel.

a) Hvert ferðu? – Ég fer á (veitingahús-ið) . . . .

b) Hvert ferðu? – Ég fer á (spítali-nn). . . . .

c) Hvert ferðu? – Ég fer í (skóli-nn). . . . .

d) Hvert ferðu? – Ég fer á (bar). . . . .

e) Hvert ferðu? – Ég fer í (miðbær-inn). . . . .

f) Hvert ferðu? – Ég fer upp í (turn-inn). . . . .

g) Hvert ferðu? – Ég fer niður á (strönd-in). . . . .

h) Hvert ferðu? – Ég fer á (Laugavegur-inn). . . . .

i) Hvert ferðu? – Ég fer á (verslunargata-n). . . . .

5. Übersetzen Sie ins Isländische.

a) Wohin geht ihr? – Wir gehen in eine Bar.

. . . .

b) Sollen wir in die Innenstadt gehen?

. . . .

c) Das Kind sieht das Auto nicht und läuft auf die Straße.

. . . .

d) Heute bereitet meine Mama das Essen zu. Sie kocht oft.

. . . .

e) Dort ist die Hallgríms-Kirche. Willst du den Turm besteigen?

. . . .

f) Von dort hast du eine wunderbare Aussicht über die Innenstadt.

. . . .

g) Michael bezahlt die Rechnung und bekommt die Quittung.

. . . .

h) Hanna macht ein Foto von Michael vor der Kirche.

. . . .

i) Das Mädchen ist frisch und munter und springt auf den Stuhl.

. . . .

j) Soll ich einfach den Auslöser drücken?

. . . .

k) Im Sommer ist es in Island lange hell.

. . . .

Lektion 16

Auf dem Kirchturm

1. Wie geht der Satz richtig weiter? Kreuzen Sie an.

a) Ég fer í ❒ skólinn. ❒ skólann . ❒ skólanum.

b) Hún borðar á ❒ kaffihúsið. ❒ kaffihús. ❒ kaffihúsinu.

c) Við dönsum á ❒ barnum. ❒ barinn. ❒ barir.

d) Hann fer í ❒ vinnuna. ❒ vinnan. ❒ vinnunni.

e) Ertu á ❒ hótel? ❒ hótelinu? ❒ hótelið?

f) Þau fara upp í ❒ turni. ❒ turninum. ❒ turninn.

g) Presturinn er í ❑ kirkjan. ❑ kirkjunni. ❑ kirkjuna.

h) Er maturinn góður á ❑ veitingahús? ❑ veitingahúsið? ❑ veitingahúsinu?

i) Er kjöt í ❑ lasanjanu. ❑ lasanjað. ❑ lösunju.

j) Hvar er ❑ safninu? ❑ safni? ❑ safnið?

k) Mamma er á ❑ skrifstofan. ❑ skrifstofunni. ❑ skrifstofuna.

l) Hún kaupir brauð í ❑ búðinni. ❑ búðin. ❑ búðina.

m) Við förum á ❑ spítali. ❑ spítala. ❑ spítalar.

n) Hvar er ❑ skólann? ❑ skólanum? ❑ skólinn?

o) Farið þið á ❑ veitingahúsi? ❑ veitingahúsið? ❑ veitingahúsinu?

p) Þeir selja frímerki á ❑ pósthúsunum. ❑ pósthúsin. ❑ pósthúsið.

2. Bilden Sie den Dativ der Substantive.

a) Þetta er *hesturinn.* Ég er búinn að segja þér frá ....

b) Þetta er *konan.* Hann selur .... peysu.

c) Þetta er *barnið.* Amma segir .... sögu.

d) Þetta eru *krakkarnir*[1]. Kennarinn heilsar[2] ....

e) Þetta er *maðurinn.* Konan kennir .... íslensku.

f) Þetta eru *hundarnir.* Við gefum .... að borða.

g) Þetta er *kaffihúsið.* Ertu búinn að drekka kaffi á ....

h) Þetta er *landið*. Hann er frá . . . . sem þú ert búinn að segja frá.

i) Þetta eru *boltarnir*. Börnin kasta[3] . . . .

j) Þetta er *skólinn*. Börnin eru að læra í . . . .

k) Þetta er *bíllinn*. Hvar er hægt að leggja . . . .?

l) Þetta er *kirkjan*. Er presturinn[4] í . . . .?

m) Þetta eru *gestirnir*. Hann býður . . . . eitthvað að drekka.

n) Þetta er *pastað*. Er kjöt í . . . .?

[1] krakk·i (m/-a, -ar) – Kind, [2] að heilsa (a) + Dat. – grüßen, [3] að kasta (a) + Dat. – werfen, [4] prest·ur (m/-i, -ar) – Priester

3. Setzen Sie die Substantive in den richtigen Fall.

a) Michael skoðar . . . . (miðbær-inn) ofan úr . . . . (turn-inn).

b) Þaðan hefur hann gott útsýni yfir . . . . (borg-in).

c) Hanna tekur . . . . (lyftan) niður og bíður eftir . . . . (vinur) sínum[1] við . . . . (inngangur-inn).

d) Börnin fara í . . . . (skóli-nn).

e) Krakkarnir læra mikið í . . . . (skóli-nn).

f) Þarftu[2] að fara í . . . . (banki)?

g) Kennarinn kennir . . . . (börn-in) . . . . (danska).

h) Margir ungir Íslendingar fara í . . . . (miðbær-inn) um helgar.

i) Þeir fara á . . . . (veitingahús) eða drekka bjór á . . . . (barir).

j) Er hægt að kaupa . . . . (frímerki) á . . . . (pósthús-ið)?

k) Margrét fer oft í . . . . (kirkja-n).

l) Þekkirðu . . . . (búð-in) sem Margrét á á . . . . (Laugavegur-inn)?

m) Eigum við að fara á . . . . (hótel-ið)?

n) Var Ragnar á . . . . (spítali-nn)?

o) Í dag ætlum við að fara á . . . . (safn-ið) í . . . . (miðbær-inn).

p) Er hann í . . . . (vinna-n). – Nei, hann er alveg að fara í

. . . . (vinna-n).

[1] sínum (von sinn) – sein/ihr (reflexives Possessivpronomen), [2] þarftu (von að þurfa) – müssen, brauchen

4. Fragen zum Dialog im Lehrbuch: Richtig oder falsch? Kreuzen Sie an.

		rétt	rangt
a)	Hanna borgar miða fyrir Michael.	❑	❑
b)	Tveir miðar kosta 1.600 kr.	❑	❑
c)	Turninn lokar eftir tuttugu mínútur.	❑	❑
d)	Hanna fer ekki upp í turninn.	❑	❑
e)	Michael er lofthræddur.	❑	❑
f)	Hanna tekur margar myndir af miðbænum.	❑	❑
g)	Í fjarska er hægt að sjá Vatnsjökul.	❑	❑
h)	Hanna ætlar að bíða eftir Michael við innganginn.	❑	❑
i)	Veðrið er ekki gott.	❑	❑

5. Was passt nicht in die Reihe?

a) skrifstofan – spítalinn – skólann – veitingahúsið

b) vinnunni – pósthúsinu – barnum – skrifstofuna

c) hótelinu – kirkjuna – turninn – barinn

d) kaffihúsinu – safninu – bankann – búðinni

6. Beantworten Sie die Fragen zum Dialog im Lehrbuch.

a) Hvað kostar miði fyrir fullorðna? ....

b) Hvað kostar miði fyrir börn? ....

c) Hvenær lokar turninn? ....

d) Hvernig fara Hanna og Michael upp í turninn? ....

e) Af hverju er Hanna svo óróleg? ....

f) Hvernig er útsýnið? ....

g) Hvað er hægt að sjá í fjarska? ....

h) Hvar bíður Hanna eftir Michael? ....

7. Partnerarbeit: Arbeiten Sie zu zweit und erzählen Sie einander, wovon Sie Fotos auf einer Islandreise machen.

Ég tek myndir af + *Dativ (z.B. miðbænum, byggingum, Hallgrímskirkju, hvölum, ...)*

8. Übersetzen Sie ins Isländische.

a) Wir essen Pizza in einem Restaurant.

....

b) Was kostet ein Ticket für Erwachsene und für Kinder?

....

c) Bist du schon auf den Turm gegangen?

....

d) Hanna hat Höhenangst und fährt wieder nach unten.

....

e) Hanna bringt einem Freund Isländisch bei.

....

f) Hanna und Michael sind im Turm, der in der Innenstadt ist.

....

g) In der Ferne ist es möglich, einen Gletscher zu sehen.

....

h) Michael betrachtet weiter die Innenstadt und macht Fotos von der Innenstadt.

....

i) Wir nehmen den Fahrstuhl hoch auf den Turm.

....

j) Das Wetter ist gut und die Aussicht toll.

....

k) Ist etwas los? – Nein, es ist alles in Ordnung.

....

Lektion 17

Das Wetter

1. Was passst zusammen?

a)	Veðrið er gott.	(1)	Das Wetter ist toll.
b)	Veðrið er ömurlegt.	(2)	Das Wetter wird sehr gut.
c)	Veðrið verður ágætt.	(3)	Das Wetter ist durchwachsen.
d)	Veðrið er sæmilegt.	(4)	Das Wetter ist gut.
e)	Veðrið verður vont.	(5)	Das Wetter wird wunderbar.
f)	Veðrið er fínt.	(6)	Das Wetter ist scheußlich.
g)	Veðrið verður frábært.	(7)	Das Wetter wird schlecht.

2. Wie lautet das Gegenteil?

a) Það er heitt úti. ....

b) Það er heiðskírt. ....

c) Það er svalt úti. ....

d) Það er logn. ....

e) Það er rigning. ....

3. Schreiben Sie die passenden Wörter unter die Bilder.

slydda – vindur – haglél – sólskin – snjór – rigning – súld – þoka

....

. . . .

4. Hvernig verður veðrið á morgun? Beschreiben Sie das Wetter für die einzelnen Landesteile.

Á Norðurlandi . . . .

. . . .

Á Austurlandi . . . .

. . . .

Á Suðurlandi . . . .

Á Vesturlandi . . . .

Á hálendinu . . . .

5. Benennen Sie die vier Jahreszeiten und beschreiben Sie das Wetter.

. . . .

a) Á vorin . . . .

. . . .

b) Á sumrin . . . .

. . . .

c) Á haustin ....

....

d) Á veturna ....

....

6. Fragen zum Dialog im Lehrbuch: Richtig oder falsch? Kreuzen Sie an.

	rétt	rangt
Á morgun verður fínt veður.	❐	❐
Sumarið á Íslandi er langt og milt.	❐	❐
Veðrið á Íslandi er mjög breytilegt.	❐	❐
Í dag var rigning allan daginn.	❐	❐
Á sumrin snjóar stundum.	❐	❐

7. Beantworten Sie die Fragen zum Dialog im Lehrbuch.

a) Hvernig verður veðrið á morgun?

....

b) Hvernig er sumarið á Íslandi?

....

c) Hvar er stundum snjókoma á sumrin?

....

d) Hvernig er veturinn í Reykjavík?

....

e) Hvernig er dagurinn á veturna?

....

f) Hvernig verður veðrið ekki á morgun heldur hinn?

....

g) Hvað ætla þau að gera á morgun?

....

8. Partnerarbeit: Schauen Sie einen Wetterbericht und beschreiben Sie das Wetter von heute und von morgen in Ihrer Region und in Island.

9. Übersetzen Sie ins Isländische.

a) Wie wird das Wetter heute? – Es wird warm und trocken.

....

....

b) Wie wird das Wetter morgen? – Es wird kalt und stürmisch.

....

....

c) Morgen wird es teils bewölkt und es wechseln sich Sonnenschein und Schauer ab.

....

....

d) Es bläst ein frischer Wind und es gibt Nebel.

....

....

e) Im Sommer ist es oft heiß in Deutschland und im Winter manchmal eiskalt.

....

....

f) Sollen wir uns die Wettervorhersage anschauen?

....

....

g) Vormittags gehen wir ins Museum und nachmittags treffen wir eine Freundin.

....

....

h) Im Hochland gibt es im Sommer auch Schneefall.

....

....

i) Im Winter ist es die meiste Zeit dunkel, aber im Sommer ist es den ganzen Tag hell.

....

....

j) Zum Glück wird morgen schönes Wetter. Sollen wir einen Ausflug machen?

....

....

k) Leider wird morgen scheußliches Wetter. Es ist gut, drinnen zu sein.

....

....

Lektion 18

Wochenplanung

1. Bringen Sie die Wochentage in die richtige Reihenfolge. Beachten Sie, dass traditionell der Sonntag der erste Tag der Woche ist.

þriðjudagur – sunnudagur – föstudagur – mánudagur – fimmtudagur – laugardagur – miðvikudagur

1. ....
2. ....
3. ....
4. ....
5. ....
6. ....
7. ....

2. Füllen Sie die Tabelle aus.

Í dag er ...	Við förum til Íslands ...
sunnudagur	
	á mánudaginn
	á þriðjudaginn
miðvikudagur	
	á fimmtudaginn
föstudagur	
laugardagur	

3. Schauen Sie sich den Terminplaner von Sunna an und sagen Sie, was sie an welchem Tag macht.

mánudagur *fara til tannlæknis*[1] *spila á gítar* **þriðjudagur** *hitta mömmu á kaffihúsi* *skrifa Ólafi tölvupóst*[2] **miðvikudagur** *stunda jóga* *horfa á sjónvarpið* **fimmtudagur** *fara á þýskunámskeið*[3] *elda kvöldmat með Ásu*	**föstudagur** *synda 800 metra í sundlaug* *fara á djammið með vinkonum* **laugardagur** *kaupa í matinn* *baka afmæliskökku handa afa* *taka til í íbúðinni*[4] **sunnudagur** *sofa út* *fara í afmælið*[5] *hans afa* *æfa þýsku*

[1] tannlækni·r (m/-i, -s, -ar) – Zahnarzt, [2] tölvupóst·ur (m/-i, -s, -ar) – E-Mail, [3] þýskunámskeið (n/-i, -s, -) – Deutschkurs, [4] íbúð (f/-ar, -ir) – Wohnung, [5] afmæli (n/-i, -s, -) – Geburtstag

4. Was passt zusammen?

a) í dag	(1) morgen
b) í fyrradag	(2) gestern
c) á morgun	(3) übermorgen
d) í morgun	(4) vorgestern
e) í kvöld	(5) heute Morgen
f) ekki á morgun heldur hinn	(6) heute
g) í gær	(7) heute Abend

5. Partnerarbeit: Planen Sie zu zweit Ihre Woche. Was möchten Sie alles erledigen?

Hvað ætlum við að gera á mánudaginn?	Við ætlum að ...
Hvað viltu gera á laugardaginn?	Ég vil ...
Eigum við að baka köku á fimmtudaginn?	

Já, góð hugmynd. *(Ja, gute Idee.)*
Nei, ég hef ekki tíma. *(Nein, ich habe keine Zeit.)*

Nei, ég er upptekin/n. *(Nein, ich bin beschäftigt.)*
Nei, ég get það ekki. *(Nein, ich kann das nicht.)*

6. Setzen Sie die richtigen Formen von *ætla* oder *vilja* in die Lücken.

a) Hvað . . . . þú að gera á sunnudaginn?

b) . . . . þú kaffibolla [1]?

c) Við . . . . að fara á djammið á laugardaginn.

d) . . . . þið tala bara íslensku við mig. Ég . . . . æfa mig.

e) Hann . . . . .að koma til Íslands á þriðjudaginn.

f) Hann . . . . skoða Þingvelli en veðrið verður vont.

g) . . . . Hanna og Michael að fara á Þjóðminjasafn Íslands í dag?

h) Hvernig köku . . . . þið?

i) Við . . . . skyrtertu.

[1] kaffiboll·i (m/-a, -ar) – Tasse Kaffee

7. Setzen Sie die richtigen Formen der Himmelsrichtungen ein. (↑ Norden, ↓ Süden, ← Westen, → Osten)

a) Á þriðjudaginn förum við . . . . ↑.

b) Það verður rigning . . . . →.

c) Tónlistarhátíð[1] á Ísafirði heitir «Aldrei fer ég . . . . ↓».

d) Foreldrar Hönnu eiga hús . . . . ↑.

e) Á fimmtudaginn verður sólskin . . . .←.

f) Hanna og Michael fara . . . . →.

g) Á sunnudaginn er rok . . . . ↓.

h) Hvenær farið þið aftur . . . . ←?

[1] tónlistarhátíð (f/-ar, -ir) – Musikfest

8. Setzen Sie die Verben und Substantive in Klammern in die richtige Form.

a) Af hverju . . . . (spyrja) þú?

b) Hanna og Michael . . . . (skipuleggja) . . . . (ferð-in) um Ísland.

c) . . . . (skipuleggja) þú líka alltaf ferðir þínar?

d) . . . . (spila) þið á gítar?

e) . . . . (eiga) við að fara í bíó í kvöld?

f) Michael . . . . (hafa) áhuga á framandi . . . . (lönd).

g) Sunna . . . . (baka) . . . . (kaka) handa . . . . (afi).

h) . . . . (hafa) þið áhuga á . . . . (saga) Íslands?

i) Á morgun . . . . (hitta) við . . . . (vinir) okkar[1] og . . . . (vinkonur).

j) Við . . . . (taka) myndir af . . . . (Jökulsárlón), ...

(Gullfoss), ... (fuglar), ... (fjöll) og . . . . (hvalir).

k) . . . . (fara) þið oft í . . . . (náttúra-n)?

l) Hann . . . . (róa) á kanó á . . . . (sunnudagur-inn).

m) . . . . (sofa) þú út eða . . . . (fara) þú snemma á fætur[2]?

n) Á .... (miðvikudagur-inn) .... (sjá) hann ....

(Hanna) aftur. Hann .... (hlakka) mikið til að hitta ....
(vinkona) sína [3].

o) Á .... (safn-ið) er hægt að skoða .... (saga) Íslands frá

.... (landnám) til dagsins í dag.

p) Í .... (rigning-in) .... (fara) við ekki upp í ....

(turn-inn) heldur .... (borða) við .... (hamborgari) með

.... (franskar) á .... (veitingahús).

q) .... (þekkja) Michael .... (foreldrar) Hönnu?

r) .... (búa) Hanna á Húsavík?

[1] okkar – unsere/r/s, [2] að fara á fætur – aufstehen, [3] sína (von sinn) – seine/ihre (reflexivisches Possessivpronomen)

9. Fragen Dialog im Lehrbuch: Richtig oder falsch? Kreuzen Sie an.

		rétt	rangt
a)	Michael vill skipuleggja daginn í dag.	❐	❐
b)	Í dag ætla þeir á Þjóðminjasafn Íslands.	❐	❐
c)	Á Þjóðminjasafni Íslands er hægt að skoða sögu Grænlands[1].	❐	❐
d)	Vinkona Hönnu heitir Hrafnheiður.	❐	❐
e)	Hanna saknar stundum fjölskyldunnar og vinanna.	❐	❐
f)	Á Suðurlandi er ekkert sérstakt að skoða.	❐	❐
g)	Jökulsárlón er á Suðurlandi.	❐	❐
h)	Laugardagurinn er síðasti dagurinn hans[2] Michaels á Íslandi.	❐	❐

[1] Grænland (n) – Grönland, [2] hans – sein/e

10. Beantworten Sie die Fragen Dialog im Lehrbuch.

a) Hvert ætla Hanna og Michael í dag? ....

b) Hvað sýnir safnið? ....

c) Hvað ætlar Hanna að sýna á morgun? ....

d) Hvert fara þau á miðvikudaginn? ....

e) Hvað ætla þau að gera á fimmtudaginn? ....

f) Hvaða dagur er síðasti dagur Michaels á Íslandi?

....

g) Hvenær fer Michael aftur til Þýskalands?

....

11. Übersetzen Sie ins Isländische.

a) Welcher Wochentag ist heute? – Heute ist Montag.

....

....

b) Was wirst du am Dienstag machen? – Nichts Besonderes.

....

....

c) Am Mittwoch werden wir mit unserer Freundin ins Kino gehen.

....

....

d) Morgen fahren wir nach Norden. Ich zeige dir den Mývatn.

....

....

e) Ich möchte die Woche planen. Was willst du dir in Island ansehen?

....

....

f) Ich habe Interesse an Musik, fremden Ländern und Sport.

....

....

g) Hrafnhildur ist eine nette Freundin. Kennst du unsere Freundin?

....

....

h) Im Osten wird es Regen geben und im Westen Sonnenschein.

....

....

i) Michael ist so deutsch. Er möchte die Tage organisieren.

....

....

j) Hanna hat Familie und Freunde in Island.

....

k) Ich freue mich, die Freunde und die Familie wiederzusehen.

. . . .

. . . .

l) Warum fragst du nicht Hanna? Sie weiß unglaublich viel über Island.

. . . .

. . . .

Lektion 19

Wessen Freundin ist das?

1. Unterstreichen Sie im Dialog der Lektion 18 alle Genitive und ordnen Sie sie der Nominativform zu.

a) Nom. Sing. **Ísland** Gen. Sing. . . . .

b) Nom. Sing. **dagurinn** Gen. Sing. . . . .

c) Nom. Plur. **lönd** Gen. Plur. . . . .

d) Nom. Sing. **fjölskyldan** Gen. Sing. . . . .

e) Nom. Plur. **vinirnir** Gen. Plur. . . . .

f) Nom. Plur. **Egilsstaðir** Gen. Plur. . . . .

g) Nom. Sing. **Þýskaland** Gen. Sing. . . . .

2. Bilden Sie den Genitiv und achten Sie auf den Artikel.

a) Þetta er *hesturinn.* Ég sakna . . . .

b) Þetta er *konan.* Við förum til . . . .

c) Þetta er *barnið*. Mamman saknar. . . . .

d) Þetta eru *krakkarnir*. Þetta er kennari. . . . .

e) Þetta er *maðurinn*. Hún fer heim til. . . . .

f) Þetta eru *hundarnir*. Við söknum. . . . .

g) Þetta eru *kaffihúsin*. Á milli . . . . er hótelið.

h) Þetta er *landið*. Hvenær komið þið aftur til . . . .

i) Þetta er *æfingin*. Kirkjan er lokuð vegna . . . .

j) Þetta er *veðrið*. Við njótum . . . .

k) Þetta er *bíllinn*. Það er ekki hægt að lifa án . . . .

l) Þetta er *kirkjan*. Hann er prestur . . . .

m) Þetta eru *vinirnir*. Við förum til . . . . í kvöld.

n) Þetta er *kjöt*. Ég ætla að borða pastað án . . . .

3. Wessen Dinge sind das? Bilden Sie Genitivkonstruktionen wie im Beispiel.

Strákurinn á boltann. Þetta er bolti stráksins.

a) Konan á töskuna. . . . .

b) Foreldrarnir eiga húsið. . . . .

c) Maðurinn á bílinn. . . . .

d) Barnið á bolinn. . . . .

e) Krakkarnir eiga lyklana. . . . .

f) Bakarinn á bakaríið. ....

g) Amma og afi eiga barnabörn. ....

4. Beugen Sie die Substantive mithilfe der Angaben in den Klammern.

a. penn·i (m/-a, -ar)

Nom. ....

Akk. ....

Dat. ....

Gen. ....

Plural

Nom. ....

Akk. ....

Dat. ....

Gen. ....

b. flask·a (f/flösku, flöskur)

Nom. ....

Akk. ....

Dat. ....

Gen. ....

Plural

Nom. ....

Akk. ....

Dat. ....

Gen. ....

c. borg (f/-ar, -ir)

Nom. ....

Akk. ....

Dat. ....

Gen. ....

Plural

Nom. ....

Akk. ....

Dat. ....

Gen. ....

d. lung·a (n/-a, -u)

Nom. ....

Akk. ....

Dat. ....

Gen. ....

Plural

Nom. ....

Akk. ....

Dat. ....

Gen. ....

e. gest·ur (m/-i, -s, -ir)

Nom. ....

Akk. ....

Dat. ....

Gen. ....

Plural

Nom. ....

f. skeið (f/-ar, -ar)

Nom. ....

Akk. ....

Dat. ....

Gen. ....

Plural

Nom. ....

Akk. ....

Dat. ....

Gen. ....

g. glas (n/-i, -s, glös)

Nom. ....

Akk. ....

Dat. ....

Gen. ....

Plural

Nom. ....

Akk. ....

Dat. ....

Gen. ....

Akk. ....

Dat. ....

Gen. ....

h. maðˑur (m/manni, manns, menn)

Nom. ....

Akk. ....

Dat. ....

Gen. ....

Plural

Nom. ....

Akk. ....

Dat. ....

Gen. ....

i. stelpˑa (f/-u, -ur)

Nom. ....

Akk. ....

Dat. ....

Gen. ....

Plural

Nom. ....

Akk. ....

Dat. ....

Gen. ....

j. land (n/-i, -s, lönd)

Nom. ....

Akk. ....

Dat. ....

Gen. ....

Plural

Nom. ....

Akk. ....

Dat. ....

Gen. ....

k. vegˑur (m/-i, -ar, -ir)

Nom. ....

Akk. ....

Dat. ....

Gen. ....

Plural

Nom. ....

Akk. ....

Dat. ....

Gen. ....

l. menning (f/-u, -ar, -ar)

Nom. ....

Akk. ....

Dat. ....

Gen. ....

Plural

Nom. ....

Akk. ....

Dat. ....

Gen. ....

5. Fügen Sie den bestimmten Artikel bei den Substantiven in Aufgabe 4 an.

Unsicher bei der Beugung der Substantive oder Verben?
Hier finden Sie Hilfe: *http://bin.arnastofnun.is*

Lektion 20

Wie spät ist es?

1. Was passt zusammen?

a)	02:00	(1)	Klukkan er korter yfir þrjú.
b)	13:45	(2)	Klukkan er eitt.
c)	15:15	(3)	Klukkan er tuttugu og tvær mínútur í eitt.
d)	19:30	(4)	Klukkan er tvö.
e)	13:00	(5)	Klukkan er rúmlega fjögur.
f)	12:05	(6)	Klukkan er korter í tvö.
g)	04:03	(7)	Klukkan er tæplega fjögur.
h)	12:38	(8)	Klukkan er hálf átta.
i)	16:04	(9)	Klukkan er fimm mínútur yfir tólf.
j)	15:58	(10)	Klukkan er fjórar mínútur yfir fjögur.

2. Zeichnen Sie die Uhrzeit ein.

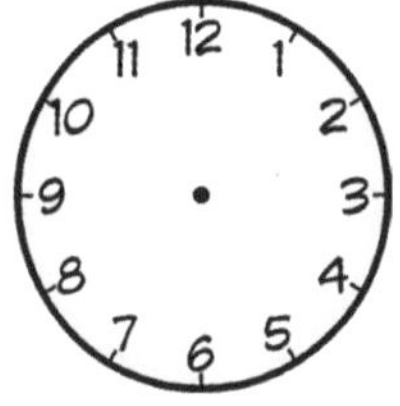

Klukkan er tvö.

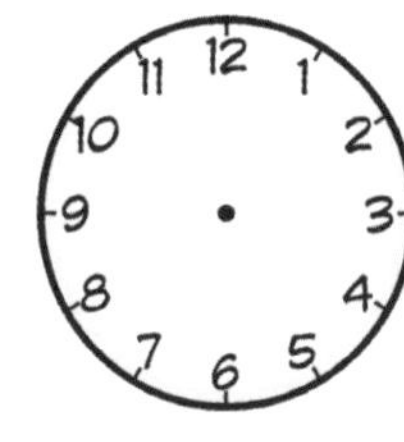

Klukkan er hálf þrjú.

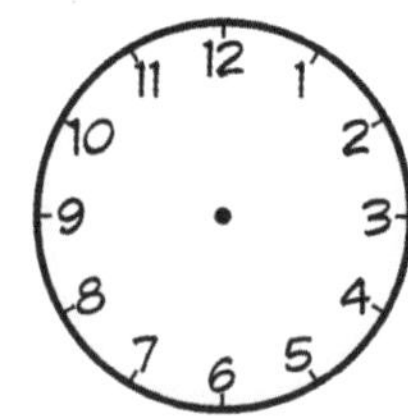

Klukkan er korter yfir eitt.

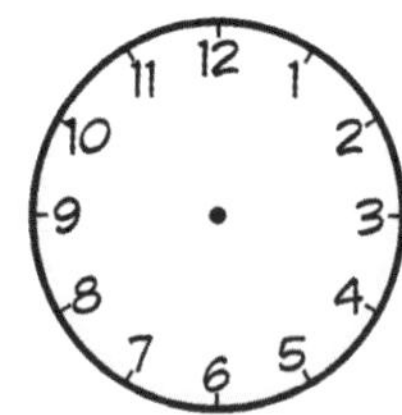

Klukkan er korter í fjögur.

Klukkan er fimm mínútur í sex.

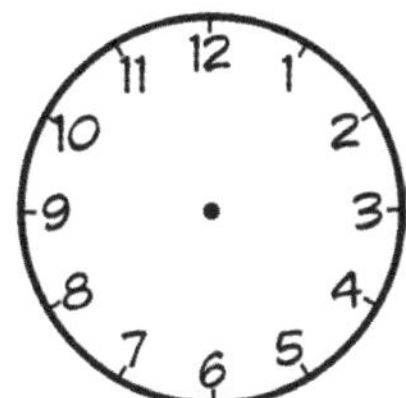

Klukkan er tuttugu mínútur yfir tíu.

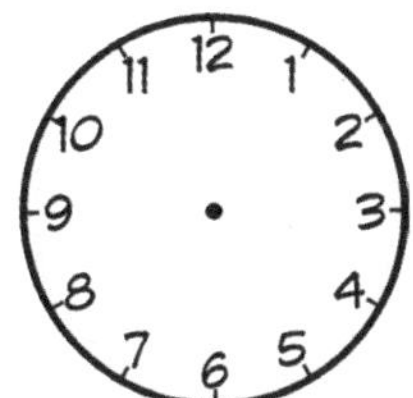

Klukkan er tíu mínútur í þrjú.

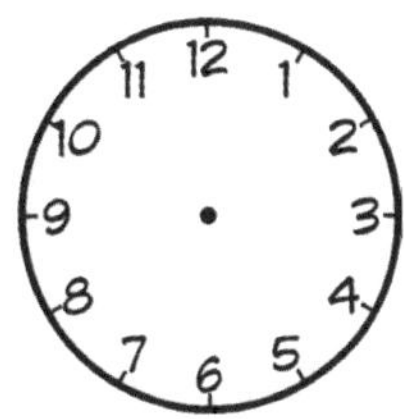

Klukkan er eina mínútu yfir sjö.

3. Lesen Sie die Uhrzeiten und schreiben Sie sie in Ziffern.

a) Klukkan er hálf fjögur. . . . .

b) Klukkan er korter í eitt. . . . .

c) Klukkan er tíu mínútur yfir sjö. . . . .

d) Klukkan er korter yfir níu. . . . .

e) Klukkan er eina mínútu í tvö. . . . .

f) Klukkan er hálf tíu. . . . .

g) Klukkan er fjórtán mínútur í sex. . . . .

h) Klukkan er tuttugu og tvær mínútur yfir þrjú. . . . .

i) Klukkan er korter í fimm. . . . .

j) Klukkan er fjórar mínútur í tólf. . . . .

k) Klukkan er eina mínútu yfir eitt. . . . .

l) Klukkan er korter yfir tvö. . . . .

m) Klukkan er sjö mínútur í sjö. . . . .

n) Klukkan er tuttugu og níu mínútur yfir ellefu. . . . .

o) Klukkan er hálf tvö. . . . .

p) Klukkan er tuttugu og þrjár mínútur í þrjú. . . . .

4. Geben Sie die Uhrzeit an. Schreiben Sie die Zahlen aus.

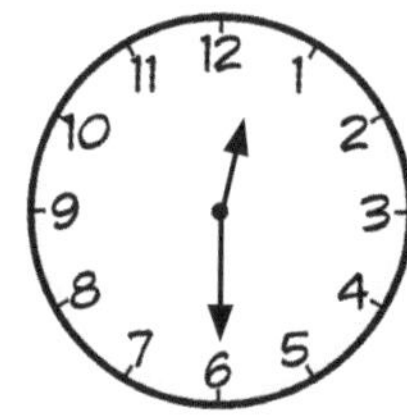

. . . .
. . . .

. . . .
. . . .

5. Setzen Sie *tæplega* oder *rúmlega* ein.

a) 09:02 Klukkan er . . . . níu.

b) 09:58 Klukkan er . . . . tíu.

c) 11:28 Klukkan er . . . . hálf tólf.

d) 07:31 Klukkan er . . . . hálf átta.

6. Partnerarbeit: Partner A deckt die rechte Seite der Tabelle ab und Partner B die linke. Partner A erfragt von Partner B die Uhrzeiten, die ihm fehlen. Partner B erfragt seine fehlenden Uhrzeiten. Rekonstruieren Sie somit einen Tag bei Hanna in Deutschland.

A: Klukkan hvað fer Hanna á fætur?
B: Hún fer á fætur klukkan ...

Partner A	Partner B
. . . . . .: að fara á fætur	**7:15**: að fara á fætur
7:30: að fara í sturtu	. . . . . .: að fara í sturtu
. . . . . .: að borða morgunmat[1]	**8:00**: að borða morgunmat[1]
8:35: að taka strætó[2] í miðbæinn	. . . . . .: að taka strætó[2] í miðbæinn
. . . . . .: að kaupa í matinn	**9:15**: að kaupa í matinn
12:45: að elda hádegismatinn[3]	. . . . . .: að elda hádegismatinn[3]
. . . . . .: að taka til í íbúðinni	**14:05**: að taka til í íbúðinni
14:50: að undirbúa[4] íslenskutíma	. . . . . .: að undirbúa[4] íslenskutíma
. . . . . .: að fara í tungumálaskólann[5]	**16:15**: að fara í tungumálaskólann[5]
17:00: að byrja að kenna íslensku	. . . . . .: að byrja að kenna íslensku
. . . . . .: að fara í kaffi[6]	**18:30**: að fara í kaffi[6]
18:30: að halda áfram að kenna íslensku	. . . . . .: að halda áfram að kenna íslensku
. . . . . .: að taka strætó heim	**20:05**: að taka strætó heim
20:30: að borða kvöldmat[7] með Michael	. . . . . .: að borða kvöldmat[7] með Michael
. . . . . .: að horfa á sjónvarpið	**21:00**: að horfa á sjónvarpið
23:30: að fara að sofa	. . . . . .: að fara að sofa

[1] morgunmat·ur (m/-, -ar, ÷) – Frühstück, [2] strætó (m/-, -ar) – Bus, [3] hádegismat·ur (m/-, -ar, ÷) – Mittagessen, [4] að undirbúa (ég undirbý) – vorbereiten, [5] tungumálaskól·i (m/-a, -ar) – Sprachschule, [6] að fara í kaffi (ég fer) – eine Kaffeepause machen, [7] kvöldmat·ur (m/-, -ar, ÷) – Abendessen

7. Beschreiben Sie einen Tag in Ihrem Leben und verwenden Sie dabei die Uhrzeit.

8. Bringen Sie den Dialog in die richtige Reihenfolge.

a) Nei, ég er frá Þýskalandi. Ég er að læra íslensku.

b) Frábært. ??⬩♐♑er♎♒er&♌er⭸??

c) Góðan dag. Ég heiti Bryndís.

d) Fyrirgefðu. Ég skil þetta ekki.

e) Gaman að hitta þig, Bryndís.

f) Já, mjög gaman.

g) Auðvitað. Ekkert mál. Ég endurtek: Er gaman að læra íslensku?

h) Takk, sömuleiðis. Ertu frá Íslandi?

i) Ó. Tala ég of hratt eða óskýrt?

j) Góðan daginn. Ég er Martin. Hvað heitir þú?

k) Já, svolítið. Viltu tala hægar og skýrar, takk?

9. Übersetzen Sie ins Isländische.

a) Wie spät ist es? – Es ist halb zwei. ....

b) Um wie viel Uhr treffen wir Guðmundur? ....

c) Wir treffen Guðmundur Viertel vor vier. ....

d) Was wirst du morgen machen? ....

e) Ich werde in die Innenstadt schlendern. ....

f) Das Mädchen hat Angst vor Hunden. ....

g) Ist der Laden geöffnet? ....

h) Entschuldigung. Ich verstehe das nicht. ....

i) Würdest du das noch einmal sagen? ....

j) Würdest du das wiederholen? ....

k) Du sprichst viel zu schnell. ....

l) Würdest du langsamer sprechen? ....

m) Ihr sprecht viel zu undeutlich. ....

n) Würdet ihr bitte deutlicher sprechen? ....

o) Das wird schon. ....

Lektion 21

Im Café

1. Setzen Sie die Wörter in die passende Lücke.

gerir – uppáhellt – fá – ábót – kaffibrúsanum – kreditkorti – dag – áfyllingu – vilt – kaffibollinn – sykur

Verkäufer: Góðan ....

Kunde: Góðan daginn. Ég ætla að .... kaffi.

Verkäufer: Hvernig kaffi .... þú?

Kunde: Ég ætla að fá .... kaffi.

Verkäufer: Allt í lagi. Það .... 450 krónur.

Kunde: Má ég borga með . . . .?

Verkäufer: Alveg sjálfsagt... Hér er . . . .

Kunde: Er . . . . á kaffið?

Verkäufer: Já, uppáhellt kaffi er með . . . .

Kunde: Takk. Hvar er mjólkin?

Verkäufer: Mjólk og . . . . eru við hliðina á . . . .

Kunde: Takk.

Verkäufer: Það var lítið.

2. Übersetzen Sie ins Deutsche.

a) Hvernig kaffi viltu? . . . .

b) Ég ætla að fá uppáhellt kaffi. . . . .

c) Er ábót á kaffið? . . . .

d) Hvað kostar kaffibolli? . . . .

e) Notarðu mjólk og sykur út í kaffi? . . . .

f) Uppáhellt kaffi er með áfyllingu. . . . .

g) Það gerir 450 krónur. . . . .

h) Má ég borga með kreditkorti? . . . .

i) Viltu afrit? . . . .

j) Kaffibrúsinn er þarna. . . . .

3. Was passt nicht in die Reihe?

a) cappuccino – espressó – kók – uppáhellt kaffi
b) mjólk – salt – sykur – rjómi
c) bæði – ekkert – hvorugt – ekki
d) bolli – brúsi – kanna – glas

4. Gruppenarbeit: Schauen Sie sich die Getränkekarte an und spielen Sie eine Szene im Café.

Matseðill

Kaldir drykkir		ískaffi	710 kr.
kók	400 kr.	heitt súkkulaði	490 kr.
appelsín	400 kr.	heitt súkkulaði með rjóma	520 kr.
límonaði	400 kr.	te	400 kr.
íste	510 kr.	*svart, grænt, piparmintu, Chai*	
safi	420 kr.	aukaskot af espressó eða sírópi	100 kr.
appelsínu, epla, ananas, bláberja			
		áfengir dykkir	
Kaffi & te		bjór	990 kr.
		Egils Gull, Bríó, Tuborg Classic, Guinness	
uppáhellt kaffi	420 kr.		
kaffi Americano	490 kr.	**Kökur**	
espressó	420 kr.	súkkulaðikaka	1090 kr.
cappuccino	490 kr.	eplakaka	1050 kr.
kaffi Latte	490 kr.	ostakaka	1110 kr.
sojalatte	530 kr.	skyrterta	1050 kr.
mocca	530 kr.	pönnukökur með sultu	1010 kr.

Nützliche Phrasen:

✓ Eigum við að fara á kaffihús?
✓ Hvað ætlarðu að drekka?
✓ Ég ætla að drekka eitthvað heitt/kalt.
✓ Er ábót á kaffið?
✓ Hvernig safa/te viltu? – t.d. eplasafa, appelsínusafa, ... /svart te, Chai te, ...
✓ Viltu líka köku?
✓ Hvernig köku viltu?
✓ Með eða án rjóma?
✓ Hvað kostar ...?
✓ Það gerir ...
✓ Má ég borga með kreditkorti?
✓ Viltu afrit?

5. Übersetzen Sie ins Isländische.

a) Ich hätte gern eine Tasse Kaffee. ....

b) Ist der Kaffee zum Nachholen? ....

c) Was kostet eine Tasse Kaffee? ....

d) Wo ist die Thermoskanne? ....

e) Ich nehme Milch und Zucker. ....

f) Welche Kaffeebohnen sind das? ....

g) Ist es möglich, die Bohnen zu kaufen? ....

h) Ich hätte gern einen Tee. ....

i) Welchen Tee wollen Sie? ....

■ Lektion 22

Smalltalk

1. Welche Begrüßung bzw. Verabschiedung ist in den folgenden Situationen angemessen?

a) Sie treffen eine Freundin auf der Straße. Sie haben sich lange nicht mehr gesehen.

....

b) Sie verabschieden Ihre Großeltern und bedanken sich.

....

c) Sie arbeiten in einem Restaurant und begrüßen am Abend die Gäste.

. . . .

d) Sie lernen den Freund einer guten Freundin in einer Bar kennen.

. . . .

e) Sie begrüßen den Kassierer im Supermarkt.

. . . .

f) Sie verabschieden den Kassierer im Supermarkt und bedanken sich.

. . . .

g) Sie verabschieden Ihre Freundinnen und sagen, dass es schön war, sie zu sehen.

. . . .

h) Sie besuchen einen Bekannten zu Hause und bedanken sich für das letzte Mal.

. . . .

i) Ihre Schwester kommt zu Besuch und Sie fragen sie, was es Neues gibt.

. . . .

j) Sie kommen in Ihren Isländischkurs und begrüßen alle anderen Kursteilnehmer.

. . . .

k) Nach der Isländischstunde verabschieden Sie den Lehrer und bedanken sich für die Stunde.

. . . .

l) Sie verabschieden auch alle anderen Kursteilnehmer.

. . . .

2. Wie alt sind die Leute? Füllen Sie die Sprechblasen aus.

a) Komið þið sæl. Ég heiti Hallgrímur. Ég er (24) . . . .

b) Hæ. Ég er Bergþóra. Ég er frá Íslandi. Ég er (21) . . . .

c) Sæl og blessuð. Ég á kærasta. Kærastinn minn heitir Magnús. Hann er (33) . . . .

d) Ég á kærustu. Kærastan mín heitir Margrét. Hún er (31) . . . .

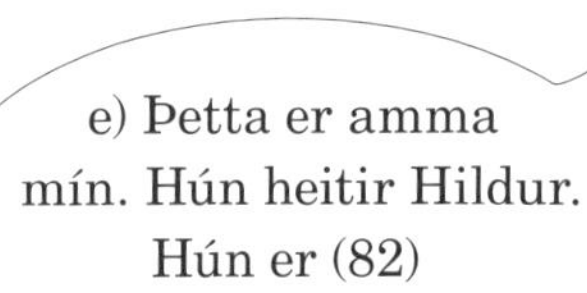

e) Þetta er amma mín. Hún heitir Hildur. Hún er (82) . . . .

f) Þetta er afi minn. Hann heitir Þorkell. Hann er (79) . . . .

g) Blessuð. Ég á mann. Maðurinn minn heitir Símon. Hann er (41) . . . .

h) Ég er giftur. Konan mín heitir Ingibjörg. Hún er (42) . . . .

i) Þetta er sonur minn. Hann heitir Páll. Hann er (1) . . . .

3. Was passt zusammen?

a)	kærastinn minn	(1)	mein Mann
b)	kærastan þín	(2)	meine Kinder
c)	maðurinn minn	(3)	meine Tochter
d)	konan þín	(4)	deine Freundin
e)	barnið mitt	(5)	mein Sohn
f)	börnin mín	(6)	mein Freund
g)	sonur minn	(7)	verheiratet
h)	dóttir mín	(8)	deine Frau
i)	giftur/gift	(9)	mein Kind

4. Setzen Sie die richtige Form der Substantive in Klammern ein. Ergänzen Sie ggf. den Artikel.

a) Áttu . . . . (kærasta)? – Já, ... (kærasta) mín heitir Steinunn.

b) Á hún . . . . (maður)? Nei, hún á bara . . . . (kærasti).

c) Ég á tvö . . . . (barn): einn . . . . (sonur) og eina . . . . (dóttir).

d) Hvað heitir . . . . (kona) þín? – Ég á ekki . . . . (kona).

5. Schreiben Sie die Berufe unter die Bilder.

kokkur – kennari – þjónn – hárgreiðslukona – lögreglumaður – ljósmyndari – bakari – læknir

....

....

6. Welche Antwort passt zu welcher Frage?

a) Hvað heitir þú?	(1) Nei, ég á bara kærasta.
b) Frá hvaða landi ertu?	(2) Í leikhúsi[1].
c) Hvað ertu gömul?	(3) Ég er leikkona.
d) Ertu gift?	(4) Íslensku, ensku, dönsku og smá þýsku.
e) Áttu börn?	(5) Katrín Þorvaldsdóttir.
f) Við hvað vinnur þú?	(6) Fjörutíu og þriggja ára.
g) Hvar vinnur þú?	(7) Ég leik á sviðinu[2].
h) Hvað gerir þú í vinnunni?	(8) Frá Íslandi.
i) Hvaða tungumál talar þú?	(9) Já, eina dóttur.

[1] leikhús (n/-i, -s, -) – Theater, [2] svið (n/-i, -s, -) – Bühne

7. Stellen Sie die Frau aus Aufgabe 6 vor.

Konan heitir Katrín Þorvaldsdóttir. Hún er frá ...

8. Übersetzen Sie folgende Sprachen ins Deutsche.

a) þýska .... h) finnska ....

b) íslenska .... i) hollenska ....

c) enska .... j) rússneska ....

d) franska .... k) pólska ....

e) danska .... l) spænska ....

f) norska .... m) ítalska ....

g) sænska .... n) kínverska ....

9. Gruppenarbeit: Fragen Sie die Kursteilnehmer (oder Ihre Freunde), ob sie die Sprachen aus Aufgabe 8 sprechen oder verstehen. Tragen Sie die Ergebnisse in einer Tabelle zusammen.

✓ Talar þú **frönsku**? – Já, ég tala frönsku. / Nei, ég tala ekki frönsku.
✓ Talar þú **dönsku**? – Já, ég tala smá dönsku. / ...
✓ Skilur þú **íslensku**? – Já, ég skil íslensku.

Sprache	Anzahl der Personen, die die Sprache sprechen (tala)	Anzahl der Personen, die die Sprache verstehen (skilja)
þýska		
íslenska		
enska		
franska		
danska		
norska		
sænska		
finnska		

hollenska		
rússneska		
pólska		
spænska		
ítalska		
kínverska		

Auswertung:
- ✓ Enginn talar/skilur ...
- ✓ Einn talar/skilur ...
- ✓ Allir tala/skilja ...
- ✓ Tveir tala/skilja ...

10. Beantworten Sie die Fragen zum Dialog im Lehrbuch.

a) Hvað heitir vinkona Hönnu?

....

b) Frá hvaða landi er hún?

....

c) Hvað er hún gömul?

....

d) Er hún gift?

....

e) Hvað á hún mörg börn?

....

f) Við hvað vinnur hún?

....

g) Hvar vinnur hún?

....

h) Hvað gerir hún í vinnunni?

....

i) Hvaða tungumál talar hún?

....

11. Welche Fragen stellt Hrafnhildur Michael?

a) .... – Jú, ég er frá Þýskalandi.

b) .... – Móðurmál mitt er þýska.

c) .... – Ég tala líka ensku og smá slensku.

d) .... – Ég er háskólanemi.

e) .... – Ég læri viðskipti.

f) .... – Já, ég vinn líka aukavinnu.

g) .... – Ég vinn sem tónlistarmaður.

h) .... – Ég á ekki börn.

i) .... – Nei, ég á ekki kærustu.

12. Lesen Sie den Text über die Familie und tragen Sie die Namen in den Stammbaum ein.

Þetta er lítil fjölskylda.

Finnur á föður og móður. Hann á líka tvo afa og tvær ömmur. Kári heitir föðurafi Finns. Faðir Kára heitir Gísli. Elín heitir föðuramma Finns. Faðir Elínar heitir Helgi. Halla er dóttir Páls og Ingu. Hún er líka móðir Finns. Finnur er sonur Karls Kárasonar og Höllu Pálsdóttur. Elín og Inga eru ömmur Finns. Kári og Páll eru afar Finns. Faðir Páls heitir Bergur. Faðir Ingu heitir Ingvi.

13. Partnerarbeit: Stellen Sie sich gegenseitig Fragen über Ihre Familie und Ihren Beruf.

✓ Hvað heitir faðir þinn/móðir þín?
✓ Áttu systur/bræður?
✓ Ertu giftur/gift?
✓ Áttu börn?
✓ Hvað er sonur þinn/dóttir þín gamall/gömul?
✓ Við hvað vinnur þú?
✓ Hvar vinnur þú?
✓ Hvað gerir þú í vinnunni?
✓ Hvaða tungumál talar þú?
✓ Við hvað vinnur maðurinn þinn/konan þín?

14. Setzen Sie die Zahlen in den richtigen Fall.

a) Við borðum . . . . (2) hamborgara.

b) Klukkan er . . . . (1) mínútu í tvö.

c) Við eigum . . . . (4) syni og . . . . (2) dætur.

d) Afi á . . . . (3) hesta.

e) Barnið er . . . . (4) ára gamalt.

f) Hún tekur mynd af . . . . (2) mönnum.

g) Ég ætla að fá . . . . (4) banana.

h) Mamma mín er . . . . (44) ára gömul.

i) Konan stendur á milli . . . . (2) stóla.

j) Hann kaupir . . . . (3) brauð í bakaríi.

k) Við vorum í . . . . (4) borgum.

l) Í sumar förum við til . . . . (3) framandi landa.

m) Hún á . . . . (1) son og . . . . (1) dóttur.

n) Ég ætla að fá . . . . (3) rétta tilboðið.

o) Hann er ástfanginn af . . . . (2) konum.

p) Ég sakna bara . . . . (1) persónu. Það er Hanna.

q) Hann kann að segja hæ á . . . . (3) tungumálum.

r) Fjölskyldan á . . . . (4) hunda og . . . . (1) kött.

s) Michael elskar bara . . . . (1) manneskju[1]. Það er Hanna.

t) Læknirinn vinnur á . . . . (2) spítölum.

u) Bókin er . . . . (101) árs gömul.

[1] manneskj·a (f/-u, -ur) – Mensch

 Lektion 23

Mit dem Mietauto unterwegs

I. Füllen Sie die Tabelle aus.

	männlich = þeir eru ...	weiblich = þær eru ...	sächlich = þau eru ...
(sterk·ur)			
(svang·ur)			
(græn·n)			
(rauð·ur)			
(grá·r)			
(gamal·l)			
(góð·ur)			
(þæg·ur)			
(strang·ur)			
(forvitin·n)			
(frábær)			
(blá·r)			
(kald·ur)			
(heit·ur)			
(áhugaverð·ur)			
(erfið·ur)			
(lang·ur)			
(brún·n)			
(há·r)			
(falleg·ur)			

2. Finden Sie die Pluralformen.

a) grænn bíll	(1) gamlar konur
b) kalt land	(2) forvitnar stelpur
c) gömul kona	(3) áhugaverðar bækur
d) lítið barn	(4) opnir gluggar
e) forvitin stelpa	(5) góð verð
f) stór flugvöllur	(6) grænir bílar
g) viðkunnanlegur maður	(7) stórir flugvellir
h) áhugaverð bók	(8) köld lönd
i) gott verð	(9) lítil börn
j) opinn gluggi	(10) viðkunnanlegir menn

3. Setzen Sie nachfolgende Sätze in den Plural.

a) Hótelið er fallegt. ....

b) Bókin er gömul. ....

c) Húsið er grátt. ....

d) Íslenskukennarinn er góður. ....

e) Taskan er þung. ....

f) Vatnið er kalt. ....

g) Fataskápurinn er brúnn. ....

h) Sjónvarpið er stórt. ....

i) Vinur okkar er svangur. ....

j) Ferðin er löng. ....

k) Dagurinn er stuttur. ....

l) Barnið er þægt. ....

m) Konan er ströng. ....

4. Schreiben Sie die richtigen Formen der Wochentage in die Tabelle.

Í dag er ...	Ég fer til Íslands ...	Ég fer í sund ...	frá ...	til ...
sunnudagur				
	á mánudaginn			
		á þriðjudögum		
miðvikudagur			miðvikudegi	
	á fimmtudaginn			
				föstudags
laugardagur				

5. Setzen Sie die richtige Form des Wochentags in die Lücken ein.

a) Ég ætla að hitta tvo vini mína á .... (föstudagur).

b) Margt fólk fer í kirkju á .... (sunnudagur).

c) Við vorum á Akureyri á .... (miðvikudagur).

d) Hrafnhildur vinnur frá .... (mánudagur) til .... (föstudagur).

e) Þeir fara alltaf á djammið á .... (laugardagur).

f) Hún ætlar að baka afmælisköku á .... (sunnudagur).

g) Hanna og Michael ætla að skoða Geysi á .... (þriðjudagur).

h) Við erum með bílaleigubílinn frá .... (fimmtudagur)

til .... (mánudagur).

i) Ég fer alltaf á kóræfingar á .... (miðvikudagur).

6. Erzählen Sie, was Hulda immer an den jeweiligen Wochentagen macht.

mánudagur *vinna á skrifstofu* *kaupa í matinn* **þriðjudagur** *vinna á skrifstofu* *hringja[1] í mömmu* **miðvikudagur** *vinna á skrifstofu* *fara á kóræfingar[2]* **fimmtudagur** *vinna á skrifstofu* *fara á þýskunámskeið*	**föstudagur** *vinna á skrifstofu* *fara á djammið með vinkonunum* **laugardagur** *sofa út[3]* *æfa söng[4]* *slappa af* **sunnudagur** *sofa út* *æfa þýsku* *taka til í íbúðinni*

[1] að hringja (-di) í + Akk. – anrufen, [2] kóræfing (f/-u, -ar, -ar) – Chorprobe, [3] að sofa út (ég sef) – ausschlafen, [4] söng·ur (m/-, -s, -var) – Gesang

✓ Á mánudögum/þriðjudögum/...
✓ Frá mánudegi til föstudags ...
✓ Um helgar ...

7. Partnerarbeit: Fragen Sie sich gegenseitig, was Sie für gewöhnlich an den Wochentagen machen. Sie können auch nach bestimmten Aktivitäten fragen.

✓ Hvað gerir þú á mánudögum?	Á mánudögum ...
✓ Hvað gerir þú um helgar?	Um helgar ...
✓ Hvenær vinnur þú?	Ég vinn frá ... til ...
✓ Hvenær ferðu að kaupa í matinn?	
✓ ...	

8. Setzen Sie die richtige Form ein.

a) Michael hlakkar til að skoða . . . . (Þingvellir).

b) Ertu búinn að koma til . . . . (Þingvellir).

c) Hvað er hægt að skoða á . . . . (Þingvellir)?

d) Flugvélarnar frá Þýskalandi lenda á . . . . (Keflavíkurflugvöllur).

e) Er þetta rútan til . . . . (Keflavíkurflugvöllur).

f) Er hægt að fá eitthvað að borða á . . . . (flugvöllur-inn)?

g) Þetta eru tveir . . . . (köttur).

h) Ég ætla að fá ís með . . . . (ávöxtur).

i) Maðurinn gefur konunni . . . . (blómvöndur).

j) Helgi á þrjá . . . . (köttur) en Helga á bara einn

. . . . (köttur).

k) Án . . . . (köttur-inn) vill hann ekki lifa.

9. Partnerarbeit: Erstellen Sie einen Dialog bei der Autovermietung nach folgendem Muster.

1. Sie begrüßen den Verkäufer.
2. Der Verkäufer grüßt Sie zurück und fragt, ob er weiterhelfen könne.
3. Sie bejahen und sagen, dass Sie ein Auto mieten möchten.
4. Der Verkäufer sagt, dass nicht mehr viele Autos übrig seien. Es sei schließlich Sommer.
5. Sie fragen, welche Autos noch übrig seien.
6. Der Verkäufer fragt, wie viele Personen Sie seien.
7. Sie sagen, dass Sie zu dritt seien.
8. Der Verkäufer zeigt Ihnen ein Auto, das groß genug ist.
9. Sie bestätigen, dass es groß genug sei.
10. Der Verkäufer fragt, wie lange Sie das Auto mieten möchten.
11. Sie sagen, dass Sie es von heute bis Freitag mieten möchten.
12. Der Verkäufer sagt, dass es sieben Tage seien und es einen Rabatt gebe.
13. Sie fragen, was das Auto pro Tag kostet.
14. Der Verkäufer sagt, dass es 6.400 Kronen pro Tag koste.
15. Sie sind einverstanden und nehmen den Wagen.
16. Der Verkäufer möchte Ihre Kreditkartennummer zur Sicherheit haben.
17. Sie geben ihm Ihre Kreditkarte und sagen, dass Sie das Auto am Freitag zurückgeben.
18. Der Verkäufer bedankt sich und gibt Ihnen den Autoschlüssel.
19. Sie bedanken und verabschieden sich.

10. Beantworten Sie die Fragen zum Dialog im Lehrbuch.

a) Hvað nær Hanna í? ....

b) Hvar var hún? ....

c) Hvað vill hún leigja hann í langan tíma? ....

d) Hvað kostar bíllinn á dag? ....

e) Hvernig bíll er þetta? ....

f) Hvað á hún að skilja eftir? ....

g) Hvenær eiga þau að skila bílnum? ....

h) Hvað hlakkar Michael til að skoða? ....

i) Hvað tekur ferðin þangað langan tíma? ....

Lektion 24

Wem gehört was?

1. Setzen Sie die Substantive in den Plural.

a) hesturinn minn ....

b) bókin þín ....

c) lampinn minn ....

d) systir mín ....

e) barnið þitt ....

f) kötturinn minn ....

g) skyrtan mín ....

h) rúmið mitt ....

i) bróðir þinn ....

j) taskan mín ....

k) augað þitt ....

l) bíllinn þinn ....

2. Bilden Sie neue Sätze wie im Beispiel.

Ég á *köttinn*. Þetta er *kötturinn* **minn**.
Hún á *föður*. Þetta er *faðir* **hennar**.

a) Þú átt bílinn. ....
b) Við eigum húsið. ....
c) Þeir eiga bækurnar. ....
d) Ég á bróður. ....
e) Hann á tölvuna. ....
f) Þær eiga símana. ....
g) Hún á skápinn. ....
h) Þú átt börnin. ....
i) Þið eigið hundinn. ....
j) Barnið á mömmu. ....
k) Við eigum sjónvörpin. ....
l) Hún á klukkuna. ....
m) Ég á manninn. ....
n) Þau eiga hótelið. ....
o) Hann á sundskýluna. ....
p) Þú átt myndirnar. ....

3. Setzen Sie die richtige Form von *ég* und *við* ein.

a) .... ætla að segja frá .... / .... heiti Ragnheiður.

b) Viltu hjálpa . . . . / . . . .

c) Af hverju talar þú ekki við . . . . / . . . .

d) Maðurinn minn saknar . . . . / . . . .

e) Vinkona mín hringir í . . . . / . . . . á sunnudögum.

f) Amma og afi koma í heimsókn til . . . . / . . . . á laugardaginn.

g) . . . . vil kaupa . . . . bíl. / . . . . viljum kaupa . . . . bíl.

h) . . . . flýti . . . . / . . . . flýtum . . . .

i) Viltu sýna . . . . / . . . . miðbæinn?

j) Sjáið þið . . . . / . . . . ekki?

4. Setzen Sie die richtige Form von *þú* und *þið* ein.

a) Má ég bjóða . . . . / . . . . að drekka?

b) Ég sé . . . . / . . . . ekki.

c) Við munum sakna . . . . / . . . .

d) Má ég dansa við . . . . / . . . .?

e) Ég ætla að koma til . . . . / . . . . í kvöld.

f) Hvað segir . . . . gott? / Hvað segið . . . . gott?

g) Hvað syngur í . . . . / . . . .?

h) Hann ætlar að tala við . . . . / . . . . á morgun.

i) Hittir Ragnar . . . . / . . . . ekki í dag?

j) Ég ætla að sýna . . . . / . . . . Ísland.

5. Ersetzen Sie die kursiv gedruckten Wörter durch ein richtiges Personalpronomen.

a) *Foreldrar Hönnu* búa á Húsavík. ....

b) Foreldrar *Hönnu* búa á Húsavík. ....

c) Njótið þið *verðursins* um helgina? ....

d) Er *Ragnar* búinn að borða *fiskinn*? ....

e) *Fólkið* veit ekki mikið um *íslenskuna*. ....

f) *Unglingarnir* elska *pasta*. ....

g) Eruð þið búnir að lesa *bókina*?. ....

h) *Fjölskyldan* fer til *ömmu og afa*. ....

i) Strákarnir standa á milli *tveggja manna*. ....

j) *Hanna og Michael* fara upp í *turninn*. ....

k) Ertu búinn að ná í *bílinn*? ....

l) *Strákurinn* saknar *stelpunnar*. ....

m) Ég læri *íslensku* í skólanum. ....

n) *Michael* er ástfanginn af *Hönnu*. ....

o) Við bíðum alltaf eftir *Hrafnhildi*. ....

p) *Mjólkin* er við hliðina á *kaffibrúsanum*. ....

q) Viltu útskýra *málið* fyrir *börnunum*. ....

r) Við eigum að skila *bílnum* á mánudaginn. ....

6. Ersetzen Sie die kursiv gedruckten Wörter durch ein richtiges Personalpronomen.

a) *Amma* bakar *kökuna* handa *fjölskyldunni.*

....

b) *Ragnar og Torfi* ætla ekki að fara í bíó án *vinkonu sinnar.*

....

c) *Hanna* ætlar að prjóna *lopapeysuna* handa *Michael.*

....

d) Þetta er mamma *Ragnars* og pabbi *Sunnu.*

....

e) Foreldrar *kærastans* koma í heimsókn til *kærustunnar.*

....

f) Ofan úr *turninum* er gott útsýni yfir *miðbæinn.*

....

g) *Hanna* tekur mynd af *Michael* fyrir framan *kirkjuna.*

....

h) *Stelpan* kynnir *strákinn* fyrir *foreldrunum.*

....

i) *Börnin* spyrja *kennarann* um allt milli himins og jarðar.

....

j) Áttu við *konuna* sem selur *peysurnar* í Kolaportinu?

....

7. Setzen Sie die richtige Form von *sig* ein.

a) Maðurinn rakar .... fyrir framan spegilinn.

b) Hanna flýtir .... því miður ekki.

c) Barnið klæðir .... sjálft.

d) Amma og afi ætla að kaupa .... íbúð.

e) Finnur fer heim til ....

f) Stelpan þurrkar á .... hárið.

g) Hanna setur á .... ilmvatn.

h) Konurnar greiða ....

i) Ásdís og Hallgrímur bjóða okkur heim til ....

j) Túristarnir leggja Ísland undir ....

k) María og Helgi fá .... að borða á skyndibitastað.

l) Börnin eiga að flýta ....

8. Setzen Sie die richtige Form von *munu* ein.

a) Ég .... hitta hann á morgun.

b) Þeir .... örugglega koma í kvöld.

c) Þið .... heyra frá okkur.

d) Þú .... sjá þetta í dag.

e) Við . . . . selja húsið okkar.

f) Hún . . . . aldrei gleyma því.

9. Partnerarbeit: Fragen Sie einen Kursteilnehmer nach seiner Familie und präsentieren Sie die Ergebnisse vor dem Kurs.

✓ Hvað heitir maðurinn þinn/konan þín? → Maðurinn/konan hennar/hans heitir...

✓ Hvað er hann/hún gamall/gömul? → Maðurinn/konan hennar/hans er ...

✓ Hvað heitir sonur þinn/... → Sonur hennar/hans heitir ...

✓ ...

10. Beantworten Sie die Fragen zum Dialog im Lehrbuch.

a) Hvar búa foreldrar Hönnu?

. . . .

b) Af hverju heimsækja þau þá ekki?

. . . .

c) Hvenær kemur Hrafnhildur í heimsókn?

. . . .

d) Hver kemur með henni?

. . . .

e) Hver mun passa börnin hennar?

. . . .

f) Hvar vilja þau fá sér að borða?

. . . .

g) Hvað vill Michael kaupa sér?

....

h) Hvernig vill Hanna hjálpa honum?

....

II. Übersetzen Sie ins Isländische.

a) Auf Island gibt es viele Springquellen.

....

b) Sollen wir uns etwas zu essen holen?

....

c) Kann ich weiterhelfen?...............................

d) Ich werde Island vermissen...............................

e) Wirst du auch mich vermissen?...............................

f) Kommst du auch mit uns ins Kino?

....

g) Würdest du mir helfen? ....

h) Meine Eltern sind sehr anspruchsvoll.

....

i) Über den Sommer besuche ich Freunde in Island.

....

j) Ich möchte mir einen Islandpulli kaufen.

....

k) Am Wochenende fahren wir nach Þingvellir und Geysir.

....

l) Wir müssen das Auto am Montag zurückgeben.

....

Lektion 25

Wir müssen einkaufen

1. Schreiben Sie die Lebensmittel unter die Bilder.

sulta – kótelettur – dolla af jógúrti – álegg – kartöflur – smjör – ostur – epli – ristað brauð – appelsínur – mjólkurferna – nautahakk – flaska af rauðvíni – dós af túnfiski – rauðkál – samloka

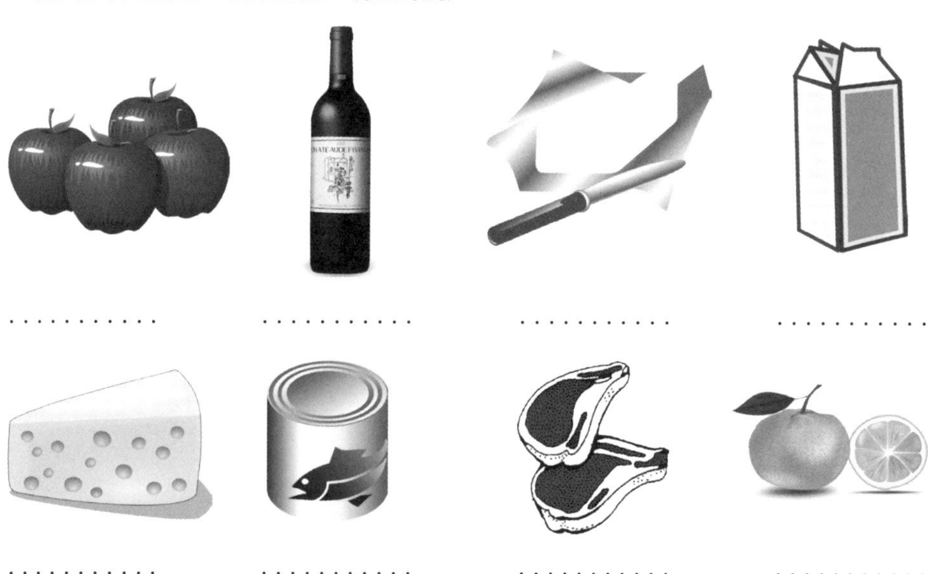

. . . .

. . . .

2. Verwenden Sie die Lebensmittel aus Aufgabe 1 im Akkusativ, in dem Sie erzählen, was Sie kaufen müssen.

Ég Þarf að kaupa ...

3. Setzen Sie die Substantive in den Dativ.

a) Mig vantar eitt kíló af . . . . (appelsínur).

b) Okkur vantar tvö hundruð grömm af . . . . (nautahakk).

c) Hana vantar eina dollu af . . . . (skyr).

d) Þá vantar eina flösku af . . . . (hvítvín).

e) Vantar ykkur eina dós af . . . . (túnfiskur)?

f) Hann reykir einn pakka af . . . . (sígarettur) á dag.

g) Mig vantar þrjú stykki af . . . . (kótelettur).

h) Okkur vantar einn poka af . . . . (kartöflur).

i) Hann vantar tvö kíló af . . . . (epli).

4. Der Wochenendeinkauf steht an. Schauen Sie auf den Einkaufszettel und sagen Sie, was Sie einkaufen müssen.

Mig vantar ... (+ Akk.)

a) ....

b) ....

c) ....

d) ....

e) ....

f) ....

g) ....

h) ....

i) ....

j) ....

k) ....

l) ....

m) ....

n) ....

o) ....

p) ....

Innkaupalisti fyrir helgina

– rauðvín (1 flaska)
– skinka[1] (200g)
– 2 agúrkur
– smjör
– túnfiskur (2 dósir)
– 1 bláberjasulta[2]
– 1 mjólkurferna
– epli (1 kg)
– appelsínusafi (3 flöskur)
– spægipylsa[3] (300g)
– súkkulaði
– 1 pítsa
– nautahakk (400g)
– skyr (4 dollur)
– kartöflur (1 poki)
– sígarettur (3 pakkar)
– tómatar (600g)
– ostur
– flögur[4] (2 pokar)
– popp[5] (2 pokar)
– kók (6 dósir)
– kaffi (1 pakki)
– súrmjólk (1 ferna)
– ristað brauð
– sveppir (1 pakki)
– laukur (1 poki)
– brennivín (1 flaska)

[1] skink·a (f/-u, -ur) – Schinken, [2] bláberjasult·a (f/-u, -ur) – Blaubeermarmelade, [3] spægipyls·a (f/-u, -ur) – Salami, [4] flögur (fpl) – Chips, [5] popp (n/-i, -s, ÷) – Popcorn

5. Partnerarbeit: Sie planen zu zweit eine Party. Dazu müssen Sie eine Einkaufsliste schreiben. Sagen Sie, was Sie zur Verköstigung Ihrer Gäste alles brauchen. Schlagen Sie Lebensmittel vor.

✓	Hvað eigum við að hafa í matinn?	– Kannski ...?
✓	Eigum við að hafa eitthvað heitt/einfalt?	– Höfum eitthvað ...
✓	Eigum við að kaupa nammi?	– Já, hvaða nammi?
✓	Hvað vantar okkur?	– Okkur vantar ...
✓	Hvaða drykki vantar okkur?	– Okkur vantar ...
✓	...	

6. In welches Geschäft müssen Sie gehen, wenn Sie folgende Dinge brauchen:

a) Mig vantar peysu og blússu. ....

b) Okkur vantar brauð í morgunmatinn. ....

c) Mig vantar peninga. ....

d) Ég ætla að kaupa mér bók um Ísland. ....

e) Mig vantar sígarettur. ....

f) Ég ætla að senda vinkonu minni póstkort[1]. ....

g) Eigum við að hafa rauðsprettu í matinn í kvöld? ....

h) Okkur vantar ýmislegt: Sultu, brauð, álegg, mjólk, ...

i) Ég er með höfuðverk[2]. Mig vantar verkjatöflur[3]. ....

[1] póstkort (n/-i, -s, -) – Postkarte, [2] höfuðverk·ur (m/-, -jar, -ir) – Kopfweh, [3] verkjatafl·a (f/-töflu, -töflur) – Schmerztabletten

7. Tragen Sie die Raumbezeichnungen in den Grundriss der Ferienwohnung ein.

svefnherbergi – baðherbergi – forstofa[1] – stofa – eldhús – svalir[2]

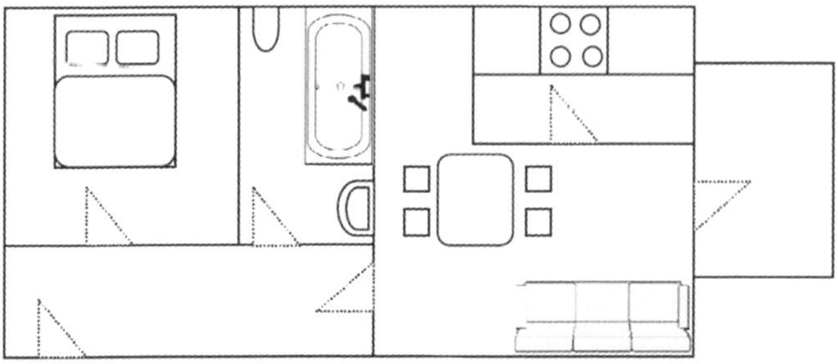

[1] forstof·a (f/-u, -ur) – Flur,

[2] svalir (fpl) – Balkon

8. Welche Möbel befinden sich gewöhnlich in den Räumen aus Aufgabe 7? Verwenden Sie ein Wörterbuch.

a) í svefnherbergi: . . . .

b) í baðherbergi: . . . .

c) í forstofu: . . . .

d) í stofu: . . . .

e) í eldhúsi: . . . .

f) á svölum: . . . .

9. Beantworten Sie die Fragen zum Dialog im Lehrbuch.

a) Hvar gista Hanna og Michael?

. . . .

b) Hvaða herbergi eru í íbúðinni?

. . . .

c) Hvað ætla þau að hafa í kvöldmatinn?

. . . .

d) Hvað er hangikjöt?

....

e) Hvað vantar þau fyrir brúnaðar kartöflur?

....

f) Hvað vantar þau í morgunmatinn?

....

g) Hvað þurfa þau fyrir ferðina?

....

h) Af hverju kaupa þau ekki kaffi?

....

10. Übersetzen Sie ins Isländische.

a) Ich brauche ein Taxi.

....

b) Du brauchst nicht zu gehen.

....

c) Ihr müsst am Sonntag arbeiten.

....

d) Sie braucht nicht zu lügen.

....

e) Was sollen wir heute Abend essen?

....

f) Vielleicht essen wir Hamburger?

....

g) Okay. Wir müssen einkaufen gehen.

....

h) Was brauchen wir?

....

i) Wir brauchen 400 g Rinderhack, Brot, Zwiebeln, Käse, Senf, Gurken und Tomaten.

....

j) Sollen wir auch eine Flasche Rotwein kaufen? – Ja, gute Idee.

....

k) Sollen wir in die Bäckerei gehen, um das Brot zu kaufen?

....

l) Nein, es reicht aus[1] in den Supermarkt zu gehen. Dort bekommen wir alles.

....

m) Willst du kochen oder soll ich kochen? – Sollen wir nicht zusammen kochen?

....

n) Ist Kaffee in der Ferienwohnung? – Ja, es war ein Päckchen Kaffee da.

....

o) Wir dürfen nicht die Tomaten und das Rindfleisch vergessen.

....

p) Ich habe es schon geholt. Ist das dann nicht alles? – Ja, das ist alles.

....

[1] es reicht aus ... zu ... – það er nóg að ...

Lektion 26

Eine Panne

1. Was passt zusammen?

a) bensínlaus	(1) Benzin
b) bilaður	(2) Zapfsäule
c) bensínstöð	(3) Ersatzreifen
d) dæla	(4) Werkstatt
e) dekk	(5) kaputt
f) verkstæði	(6) Tankstelle
g) tjakkur	(7) ohne Benzin
h) farangursgeymsla	(8) Reservekanister
i) varageymir	(9) Reifen
j) bensín	(10) Wagenheber
k) varadekk	(11) tanken
l) að fá bensín	(12) Kofferraum

2. Setzen Sie die Substantive in Klammern in den richtigen Fall.

a) Viltu setja . . . . (taska-n) í . . . . (farangursgeymsla-n)?

b) Hanna gefur . . . . (vinur) sínum . . . . (tjakkur-inn).

c) Á hvaða . . . . (dæla) varstu? – Á . . . . (dæla) þrjú.

d) Þeir fara í . . . . (átt-in) til . . . . (Mývatn).

e) Á . . . . (bensínstöð-in) kaupa þeir sér . . . . (2 hamborgarar).

f) . . . . (maður-inn) vantar . . . . (1 dolla) af

. . . . (skyr).

g) Við þurfum . . . . (leigubíll) til að komast í . . . . (miðbær-inn).

h) Er hann búinn að koma með . . . . (tillaga)?

i) Hann saknar . . . . (vinir) sinna,

. . . . (fjölskylda-n) og . . . . (tími-nn) í

. . . . (Bandaríkin).

j) Þau ætla að borða . . . . (kvöldmatur-inn) í . . . . (orlofsíbúð-in).

k) Á morgun þurfum við að smyrja . . . . (samlokur) fyrir

. . . . (ferð-in).

l) Eigum við ekki að kaupa í . . . . (matur-inn) fyrir

. . . . (morgundagur-inn)?

m) Hann vinnur í . . . . (bakarí-ið) sem nágranninn okkar á.

n) Er hægt að fá frímerki á . . . . (pósthús).

o) Við eigum að skila . . . . (bíll-inn)

á . . . . (flugvöllur-inn).

p) Hún á . . . . (1 dóttir) og . . . . (2 synir).

q) Við njótum . . . . (náttúra-n) á . . . . (Ísland).

r) Við bíðum alltaf lengi eftir . . . . (pakkar-nir) frá

. . . . (Þýskaland).

3. Gruppenarbeit: Führen Sie eine Umfrage durch, um zu erfahren, was die anderen Kursteilnehmer können und was nicht. Präsentieren Sie die Ergebnisse.

✓ Kanntu að keyra bíl? – Já, ég kann það. / Nei, ég kann það ekki.
✓ Kanntu að ...

Kanntu að ... ?	já	nei
keyra bíl		
synda		
spila á hljóðfæri		
syngja		
dansa vals		
tala íslensku		
keyra mótorhjól		
baka köku		
prjóna		
elda mat		
spila fótbolta		
teikna		

skipta um dekk		
fara á hestbak		
tala ensku		
spila blak		
hjóla		
telja á íslensku		

Auswertung:

✓ Enginn kann að ...
✓ Allir kunna að ...
✓ Einn kann að ...
✓ Tveir kunna að ...

4. Beantworten Sie die Fragen zum Dialog im Lehrbuch.

a) Hvar er næsta bensínstöð?

....

b) Hvaða bensín nota Hanna og Michael?

....

c) Hvað býður maðurinn Hönnu?

....

d) Hvað gerist á leiðinni til Mývatns?

....

e) Hvað gerir Michael?

....

f) Hvar er varadekkið?

....

5. Übersetzen Sie ins Isländische.

a) Ich möchte tanken. . . . .

b) Ich habe kein Benzin mehr. . . . .

c) Wo ist die nächste Tankstelle?. . . . .

d) An welcher Säule waren Sie?. . . . .

e) Ich war an Säule zwei. . . . .

f) Ich habe einen Platten.. . . . .

g) Mein Auto ist kaputt. . . . .

h) Wo ist die nächste Werkstatt? . . . .

i) Können Sie Reifen wechseln?. . . . .

j) Ich danke dir herzlich. . . . .

k) Das ist nicht nötig. . . . .

l) Wo ist der Ersatzreifen?. . . . .

m) Haben wir einen Reservekanister? . . . .

n) Ich möchte den Reifen wechseln.

. . . .

o) Würdest du mir bitte den Wagenheber geben?

. . . .

p) Wo ist der Wagenheber? – Er ist im Kofferraum.

. . . .

Lektion 27

Eis auf Island

1. Setzen Sie die Wörter in Klammern in den richtigen Fall.

a) Hvað langar . . . . (þú) í núna?

b) . . . . (ég) langar í . . . . (pylsa) með öllu.

c) . . . . (hún) langar að fara í sund í dag.

d) . . . .(túristar-nir) langar að skoða . . . . (þingvellir).

e) Langar . . . . (þið) líka að skoða . . . . (Geysir)?

f) . . . . (Strákar-nir) langar alltaf í

. . . . (hamborgarar) með . . . . (franskar).

g) . . . . (fjölskylda-n) langar að fara út að borða í kvöld.

h) . . . . (ég) langar að spyrja hvort hægt er að borga með

. . . . (kreditkort).

i) . . . . (Hanna) langar í ís.

j) . . . . (Torfi og Ólafur) langar á fótboltaleik um helgina.

2. Setzen Sie die Wörter in Klammern in den richtigen Fall.

a) . . . . (ég) finnst gaman að læra íslensku.

b) . . . . (mamma) finnst skemmtilegt að tala við vinkonur.

c) . . . . (hún) finnst leiðinlegt í . . . . (vinna-n).

d) . . . . (Árni) finnst gaman að skrifa sögur.

e) .... (hann) finnst ömurlegt í .... (skóli-nn).

f) Finnst .... (þú) gaman að prjóna .... (lopapeysa)?

g) .... (barn-ið) finnst gaman að spila ....
(fótbolti).

h) .... (það) finnst líka gaman að spila

.... (handbolti).

i) .... (Helgi og Helga) finnst frábært að vera saman.

j) .... (þau) finnst líka gaman að fara í bíó.

k) .... (ég og Anna) finnst gott að tala saman.

l) .... (við) finnst líka gott að dansa saman.

m) .... (þú og Bjarni) finnst ömurlegt að syngja.

n) .... (þið) finnst líka leiðinlegt að baka .... (kaka).

3. Setzen Sie die richtige Form des Adjektivs ein.

a) Mér finnst Ísland .... (áhugaverður).

b) Honum finnst hamborgarar .... (góður).

c) Finnst þér lambasteikin .... (girnilegur)?

d) Nei, mér finnst hún of .... (seigur).

e) Henni finnst hundar .... (sætur).

f) Börnum finnst blómkál ekki .... (góður).

g) Mér finnst maðurinn .... (skrítinn).

h) Finnst þér konan hans líka .... (skrítinn)?

i) Okkur finnst börnin þeirra rosalega .... (sætur).

j) Mér finnst skyrtan þín of .... (lítill).

k) Finnst ykkur Ísland ekki .... (frábær)?

l) Jú, okkur finnst landið bara .... (æðislegur).

m) Finnst þér ekki of .... (kaldur) til að borða ís?

n) Nei, mér finnst nógu .... (hlýr) úti.

o) Mér finnst ferðin .... (skemmtilegur).

4. Beantworten Sie die Fragen.

a) Hvernig finnst þér íslenska?

....

b) Hvernig finnst þér ís?

....

c) Hvernig finnst þér séríslenskur matur?

....

d) Hvernig finnst þér hamborgarar?

....

e) Hvernig finnst þér lambakjöt?

....

f) Hvernig finnst þér rigning?

....

g) Hvernig finnst þér í vinnunni?

....

h) Hvernig finnst þér á Íslandi?

....

i) Hvernig finnst þér á íslenskunámskeiðinu?

....

j) Hvernig finnst þér að læra íslensku?

....

k) Hvernig finnst þér að elda mat?

....

l) Hvernig finnst þér að fara á djammið?

....

5. Partnerarbeit: Schreiben Sie Ihre Hobbys auf. Fragen Sie Ihren Partner, wie er/sie die Aktivitäten findet. Fragen Sie anschließend, ob er/sie am Wochenende jene Aktivität mit Ihnen ausüben will.

✓ Hvernig finnst þér að fara á hestbak?
✓ Langar þig að fara í hestaferð með mér um helgina?

– Mér finnst skemmtilegt að fara á hestbak.
– Já, mig langar að koma með þér.
– Nei, ég hef því miður ekki tíma.
– Nei, um helgina verður vont veður.
...

✓ Hvernig finnst þér að ...

6. Partnerarbeit: Erstellen Sie einen Dialog nach folgendem Muster.

1. Sie betreten eine Eisdiele und begrüßen den Verkäufer.
2. Der Verkäufer grüßt zurück und fragt, ob er helfen könne.
3. Sie möchten ein Eis.
4. Der Verkäufer fragt, wie viele Kugeln Sie möchten.
5. Sie nehmen zwei Kugeln.
6. Der Verkäufer fragt, ob Sie das Eis in einer Waffel oder einem Becher bekommen möchten.
7. Sie wählen die Waffel und sagen, dass Sie eine Kugel Vanilleeis und eine Kugel Schokoeis haben möchten.
8. Der Verkäufer gibt Ihnen das Eis und Sie bedanken sich.
9. Der Verkäufer fragt, ob Sie noch etwas wünschen.
10. Sie verneinen.
11. Das Eis kostet 600 Kronen.
12. Sie bezahlen und verabschieden sich.

7. Beantworten Sie die Fragen zum Dialog im Lehrbuch.

a) Hvernig er veðrið í dag?

....

b) Hvar eru Michael og Hanna?

....

c) Hvað langar Hönnu í?

....

d) Hvernig finnst Michael hugmyndin?

....

e) Hvað fær sér Hanna á kaffihúsinu?

....

f) Hvað fær Michael sér á kaffihúsinu?

. . . .

8. Übersetzen Sie ins Isländische.

a) Worauf hast du Lust? . . . .

b) Ich habe Lust auf Kino. . . . .

c) Habt ihr Lust auszugehen? . . . .

d) Ja, das klingt gut. . . . .

e) Wie gefällt dir Island? . . . .

f) Ich finde Island toll. . . . .

g) Sie hat Appetit auf Eis. . . . .

h) Sie holt sich eine Kugel Vanilleeis. . . . .

i) Er möchte etwas Heißes. . . . .

j) Er holt sich eine Tasse Kaffee. . . . .

k) Wie finden Kinder Kaffee? . . . .

l) Sie finden Kaffee scheußlich. . . . .

m) Ich finde es doof zu putzen. . . . .

n) Eisdielen gibt es überall. . . . .

o) Das spielt keine Rolle. . . . .

Im Schwimmbad

1. Schreiben Sie das Badevokabular unter die Bilder.
skápar – sundskýla – sundlaug – gufubað – sturta – sundbolur – sundbuxur – bikiní

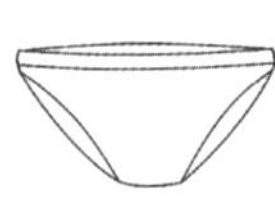

. . . .

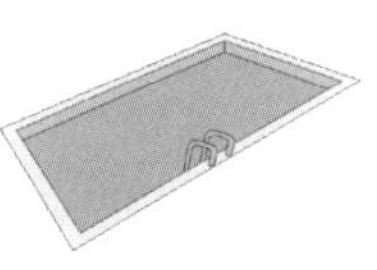

. . . .

2. Verbinden Sie die Wörter mit den entsprechenden Kleidungsstücken.
bindi-ð – bolur-inn – þverslaufa-n – hálsklútur-inn – peysa-n – sundbolur-inn sokkur-inn – vesti-ð – kjóll-inn – rúllukragapeysa-n – leggingsbuxur-nar brjósthaldari-nn – nærbuxur-nar – nærskyrta-n – sokkabuxur-nar

blússa-n – húfa-n – vettlingar-nir – gummístígvél-ið – pils-ið – vasaklútur-inn gallabuxur-nar – trefill-inn – skór-inn – joggingbuxur-nar – hettupeysa-n jakki-nn

3. Was haben die Personen an? Benennen Sie die Kleidungsstrücke.

✓ Lára er í + *Dat.* (Kleidung, in die man hineinschlüpft, z. B. peysu, gallabuxum, skóm, ...)

✓ Lára er með + *Akk.* (Accessoires, die man aufsetzt oder anlegt, z. B. húfu, trefil, klút, vettlinga, ...)

a) Hilda b) Rakel c) Gunnlaugur d) Vala

e) Katrin f) Torfi g) Ingibjörg h) Hannes

i) Jónas j) Eva k) Ragnheiður

4. Partnerarbeit: Fragen Sie sich gegenseitig, welche Kleidung Sie im Sommer und Winter tragen.

✓ Í hvaða fötum ertu á sumrin? – Ég er oftast í + *Dat.*
✓ Í hvaða fötum ertu á veturna? – Ég er oftast með + *Akk.*

5. Beantworten Sie die Fragen zum Dialog im Lehrbuch.

a) Hvað langar Hönnu að sýna Michael?

....

b) Hvað er Seljavallalaug?

....

c) Hvað kostar þar í sund?

....

d) Hverju gleymdi Michael?

....

e) Hvað gera Íslendingar í sundlaug?

....

f) Hvernig finnst Michael að fara í gufubað?

....

6. Übersetzen Sie ins Isländische.

a) Hast du Lust schwimmen zu gehen?

....

b) Ja, unbedingt. Lass uns schwimmen.

....

c) Was kostet der Schwimmbadeintritt?

. . . .

d) Es kostet 650 Kronen für Erwachsene.

. . . .

e) Wie findest du das Wasser?

. . . .

f) Ich finde es angenehm warm.

. . . .

g) Wo sind die Umkleidekabinen?

. . . .

h) Ich brauche einen Schlüssel für den Spind.

. . . .

i) Wir müssen uns mit Seife waschen.

. . . .

j) Sie hat einen Bikini an.

. . . .

k) Er hat Badeshorts an.

. . . .

l) Ich finde es toll, im heißen Pott zu sitzen.

. . . .

m) Es ist niemand da.

....

n) Ist dir warm oder kalt?

....

o) Ist ihr nicht zu warm in dem Pullover?

....

Lektion 29

Was war gestern?

1. Was passt zusammen?

a) eftir hádegi	(1) vorher
b) áðan	(2) im letzten Monat
c) síðan	(3) vorhin
d) áður	(4) in der letzten Woche
e) um helgina	(5) im letzten Jahr
f) í síðasta mánuði	(6) nachmittags
g) seinna	(7) dann
h) í fyrra	(8) in den letzten Tagen
i) um hádegið	(9) vormittags
j) í síðustu viku	(10) am Wochenende
k) fyrir hádegi	(11) mittags
l) á síðustu dögum	(12) später

2. Übersetzen Sie ins Isländische.

heute	....	gestern	....
heute Morgen	....	vorgestern	....
heute Abend	....	gestern Abend	....
heute Nacht	....	morgen	....

3. Übersetzen Sie ins Isländische.

a) vor einem Monat ....

b) vor drei Jahren ....

c) vor zwei Tagen ....

d) vor einer Woche ....

e) vor vier Monaten ....

f) vor dreiunddreißig Jahren ....

g) vor zwei Wochen ....

h) vor neunzehn Tagen ....

i) vor einem Jahr ....

j) vor drei Tagen ....

k) vor einem Tag ....

l) vor fünf Wochen ....

4. Entscheiden Sie, ob es sich um eine Form der Gegenwart oder der Vergangenheit handelt.

		nútíð	þátíð
a)	Mamma bakaði köku.	❐	❐
b)	Við keyrum norður.	❐	❐
c)	Þið dönsuðuð saman.	❐	❐
d)	Þú skilur mig ekki.	❐	❐
e)	Hann taldi peningana.	❐	❐
f)	Þeir hringdu heim.	❐	❐
g)	Við vökum lengi.	❐	❐
h)	Þeir veiða fiska.	❐	❐
i)	Ég sagði honum söguna.	❐	❐
j)	Barnið vakti ekki lengi.	❐	❐
k)	Hanna kennir íslensku.	❐	❐
l)	Ég lærði íslensku.	❐	❐
m)	Við borðuðum kvöldmat.	❐	❐
n)	Hún seldi lopapeysur.	❐	❐
o)	Þið kaupið brauð og álegg.	❐	❐
p)	Hún greiddi sér.	❐	❐
q)	Keyptuð þið ekki brauð?	❐	❐
r)	Ég synti í sundlauginni.	❐	❐
s)	Hún spurði margra spurninga.	❐	❐
t)	Horfir þú á sjónvarpið?	❐	❐
u)	Ég flutti til Íslands.	❐	❐

5. Angegeben sind Präteritumformen. Bilden Sie die Form der Gegenwart.

a) hún svaraði ....

b) við skiluðum...............

c) þú kenndir ....

d) þeir fluttu ....

e) þið lögðuð ....

f) hann veiddi ....

g) þær trúðu ....

h) þú pakkaðir ....

i) ég seldi ....

j) þið reynduð ....

k) við töldum ....

l) mig langaði ....

m)	hana vantaði	r)	það passaði . . . .
n)	þið þökkuðuð	s)	ég valdi . . . .
o)	hún keypti	t)	hann hjálpaði . . . .
p)	við seldum	u)	við leigðum . . . .
q)	þú sagðir	v)	hún hitti . . . .

6. Partnerarbeit: Partner A deckt die rechte Seite und Partner B die linke Seite ab. Bilden Sie das Präteritum und kontrollieren Sie sich gegenseitig.

Partner A	Partner B
ég tala → *ég talaði*	ég tala → . . . .
hann spyr →	hann spyr → *hann spurði*
við þekkjum → *við þekktum*	við þekkjum → . . . .
þú telur →	þú telur → *þú taldir*
þeir vaka → þeir vöktu	þeir vaka → . . . .
ég læri →	ég læri → *ég lærði*
hún syndir → *hún synti*	hún syndir → . . . .
þið bakið →	þið bakið → *þið bökuðuð*
þú kaupir → *þú keyptir*	þú kaupir → . . . .
þær greiða sér →	þær greiða sér → *þær greiddu sér*
við leggjum → *við lögðum*	við leggjum → . . . .
þú hittir →	þú hittir → *þú hittir*
þið hafið → *þið höfðuð*	þið hafið → . . . .
ég skrifa →	ég skrifa → *ég skrifaði*

mig langar → *mig langaði*	mig langar → . . . .
hann flytur →	hann flytur → *hann flutti*
við leigjum → *við leigðum*	við leigjum → . . . .
ég segi →	ég segi → *ég sagði*
þú nærð → *þú náðir*	þú nærð → . . . .
þau spila →	þau spila → *þau spiluðu*
þið setjið → *þið settuð*	þið setjið → . . . .
hann sækir →	hann sækir → *hann sótti*

7. Tauschen Sie die Ersatzform mit *vera* durch das Präteritum aus.

a) Ég **var að læra** íslensku.. . . . .

b) Við **vorum að tala** saman. . . . .

c) Þið **voruð að synda** mikið. . . . .

d) Þeir **voru að veiða** fiska. . . . .

e) Þú **varst að segja** frá Hönnu. . . . .

f) Hún **var að kenna íslensku.** . . . .

g) Þær **voru að telja** ísjakana. . . . .

h) Ég **var að svara** honum. . . . .

i) Við **vorum að lenda** áðan. . . . .

j) Hún **var að spyrja** spurninga. . . . .

k) Þið **voruð að sigla** meðfram sröndinni. . . . .

8. Schreiben Sie den Text im Präteritum.

Klukkan átta borðum við morgunmat. Ég borða kornflex og vinur minn borðar hafragraut. Eftir morgunmatinn pökkum við fötum niður í töskurnar. Ég set þær í farangursgeymsluna. Vinur minn gleymir bakpokanum[1]. Hann flýtir sér aftur inn í húsið. Hann sækir hann og við leggjum af stað. Ég keyri bílinn. Vinur minn hefur ekki bílpróf[2]. Það rignir. Síðan snjóar. Elías vinur minn spyr margra spurninga og ég reyni að svara þeim öllum. Hann langar í kaffibolla. Þess vegna stoppum við á bensínstöð og kaupum tvo kaffibolla. Hann borgar með kreditkorti. Hann segir mér frá vinnunni. Ég hlusta á hann en ég næ ekki að einbeita mér að[3] því sem hann segir. Ég sofna[4] næstum því. Við förum[5] á klósettið og keyrum áfram vestur. Skyndilega[6] heyrist[7] hár hvellur[8]. Ég stöðva[9] bílinn. Hann er bilaður. Ég hringi heim í mömmu og segi henni frá því. Við gistum á hóteli og næsta dag sækir mamma mín okkur þangað.

[1] bakpok·i (m/-a, -ar) – Rucksack, [2] að hafa bílpróf – den Führerschein haben, [3] að einbeita (-ti) sér að + Dat. – sich konzentrieren auf, [4] að sofna (a) – einschlafen, [5] Prät. von við förum = við fórum, [6] skyndilega – plötzlich, [7] heyrist (-ðist) – man hört, [8] hvellur (m/-i, -s, -ir) – Knall, [9] að stöðva (a) – anhalten

. . . .

. . . .

. . . .

. . . .

. . . .

. . . .

. . . .

. . . .

. . . .

. . . .

. . . .

. . . .

9. Partnerarbeit: Fragen Sie sich gegenseitig, was Lára Ósk in der letzten Woche gemacht hat, und beantworten Sie die Fragen.

✓	Hvað gerði Lára Ósk á mánudaginn?	– Hún ...
✓	Hvað gerði hún um helgina?	– Hún ...
✓	Hvenær keypti hún í matinn?	– Hún keypti í matinn á mánudaginn.

mánudagur vakna snemma kaupa í matinn **þriðjudagur** hringja í mömmu æfa dönsku **miðvikudagur** stunda jóga horfa á sjónvarpið **fimmtudagur** baka köku semja nýtt lag	**föstudagur** elda góðan kvöldmat borða kvöldmat með Ólafi **laugardagur** slappa af hitta Möggu og Gunnu spila blak **sunnudagur** heimsækja ömmu og afa borða köku skrifa tölvupóst til Gunnars

10. Beantworten Sie die Fragen zum Dialog im Lehrbuch.

a) Klukkan hvað lögðu þau af stað í gær?

....

b) Hvað borðaði Michael í morgunmat.

....

c) Hvað gerðu þau við Jökulsárlón?

....

d) Hvað gerði mamma Michaels í símanum?

....

e) Hvar var Michael í fyrra?

....

f) Hvar sigldi hann í fyrra?

....

g) Hvað gerðu þau áðan?

. . . .

11. Übersetzen Sie ins Isländische.

a) Hanna glaubt ihm nicht.

. . . .

b) Wir angelten Fische und aßen sie.

. . . .

c) Meine Eltern zogen nach Island.

. . . .

d) Sie fragte mich und ich antwortete ihr.

. . . .

e) Zähltest du die Eisberge?

. . . .

f) Ihr packtet Kleidung in die Tasche.

. . . .

g) Wir landeten auf dem Flughafen.

. . . .

h) Von oben hatten wir eine tolle Aussicht.

. . . .

Lektion 30

Wie komme ich nach ...?

1. Was passst zusammen?

a) til vinstri	(1) bis zum Kreisverkehr
b) að gatnamótunum	(2) hinunter
c) að hringtorginu	(3) in Richtung Reykjavík
d) í gegnum göngin	(4) hinauf
e) beint áfram	(5) nach links
f) að umferðarljósinu	(6) durch den Tunnel
g) niður	(7) an der Tankstelle vorbei
h) til hægri	(8) um die Ecke
i) fyrir hornið	(9) über die Brücke
j) upp	(10) bis zur Kreuzung
k) framhjá bensínstöðinni	(11) geradeaus
l) í áttina til Reykjavíkur	(12) nach rechts
m) yfir brúna	(13) bis zur Ampel

2. Übersetzen Sie ins Isländische.

a) Entschuldigung. ....

b) Wissen Sie, wo der Laugavegur ist? ....

c) Ja, das weiß ich. ....

d) Wie gelange ich dorthin? ....

e) Gehen Sie die Straße hinunter. ....

f) Gehen Sie geradeaus. ....

g) Gehen Sie die erste Straße nach links. ....

h) Gehen Sie bis zur Ampel. ....

i) Fahren Sie in Richtung Reykjavík. ....

j) Gern geschehen. ....

3. Geben Sie das Datum an. Hvaða mánaðardagur er í dag?

01.01. *fyrsti janúar*

01.03.	22.06. ....
05.08	13.09. ....
19.02.	23.07. ....
24.12.	07.10. ....
31.05.	11.04. ....
06.01.	28.11. ....

4. Geben Sie das Datum an. Hvenær ...?

Hvenær hittirðu Iðunni? – Ég hitti hana *fyrsta janúar* (01.01.)

a) Hvenær kemurðu til Íslands? – Ég kem til Íslands .... (12.06.)

b) Hvenær ferðu í bíó? – Ég fer í bíó .... (27.09.)

c) Hvenær skoðuðuð þið Geysi? – Við skoðuðum Geysi .... (05.08.)

d) Hvenær komið þið í heimsókn? – Við komum í heimsókn .... (02.05.)

e) Hvenær fáum við jólagjafir? – Þið fáið þær .... (24.12.)

f) Hvenær farið þið í sumarfrí? – Við förum .... (26.07.)

g) Hvenær hittirðu Bjarna? – Ég hitti hann .... (18.10.)

5. Schauen Sie sich den Oktober bei Magga an und erzählen Sie, was sie wann gemacht hat.

✓ Fyrsta október hitti Magga Önnu.
✓ Frá ... til ... var hún ...

1 hitta Önnu	2	3 gera við hjólið[1]	4	5 æfa dans með Helga	6 heimsókn hjá ömmu	7 heimsókn hjá ömmu
8	9 hitta Söru og Hinrik	10	11 Jón á afmæli[2]	12	13 versla[3] í Kringlunni	14
15	16 heimsækja mömmu	17	18	19 kaupa fyrstu jólagjafir	20	21 elda með Þórunni
22 haustfrí	23 haustfrí	24 haustfrí	25 haustfrí	26 haustfrí	27 haustfrí	28 haustfrí
29 byrja[4] aftur að vinna	30	31 æfa dans með Helga				

[1] að gera (-ði) við hjólið – das Fahrrad reparieren, [2] að eiga afmæli – Geburtstag haben, [3] að versla (a) – shoppen, [4] að byrja (a) – beginnen

6. Benennen Sie die Stockwerke des Hauses und beschreiben Sie, welche Räume und Möbel sich auf den einzelnen Stockwerken befinden.

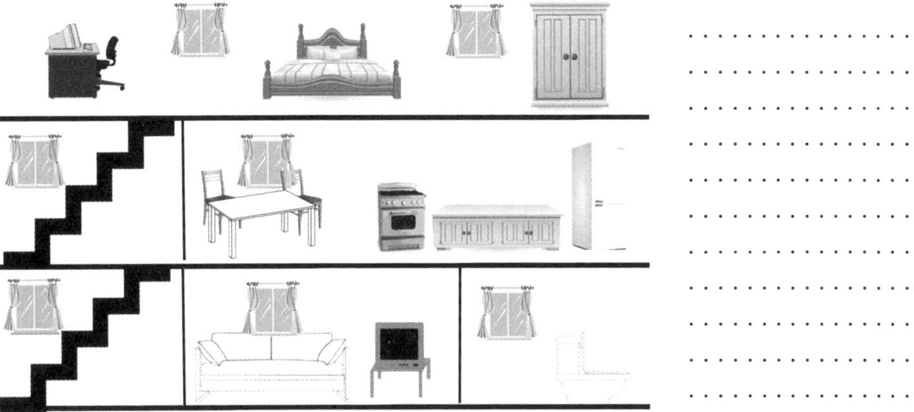

. . . .
. . . .
. . . .
. . . .
. . . .
. . . .
. . . .
. . . .
. . . .
. . . .
. . . .

7. Partnerarbeit: Lesen Sie sich abwechselnd die Situationen vor und fragen Sie Ihren Partner, wie Sie dort hinkommen. Verwenden Sie hierfür den Stadtplan.

a) Þú átt að senda póstkort til Þýskalands.
b) Þú hefur áhuga á sögu bæjarins.
c) Þú ert með höfuðverk. Þig vantar verkjatöflur.
d) Þú ert svangur/svöng. Þig langar að smakka séríslenskan mat.
e) Þig langar að fara á djammið í kvöld.
f) Einhver var að stela peningunum þínum.
g) Þig langar að tala við prest.
h) Þig vantar lækni.
i) Þig langar að kaupa spægipylsu.
j) Þig langar í bíó.
k) Þig vantar peninga.
l) Þig vantar hótelherbergi.

A: Fyrirgefðu, Veistu hvar pósthúsið er?
B: Já, ég veit það.
A: Geturðu sagt mér hvernig ég kemst þangað?
B: Já, auðvitað. Farðu ...

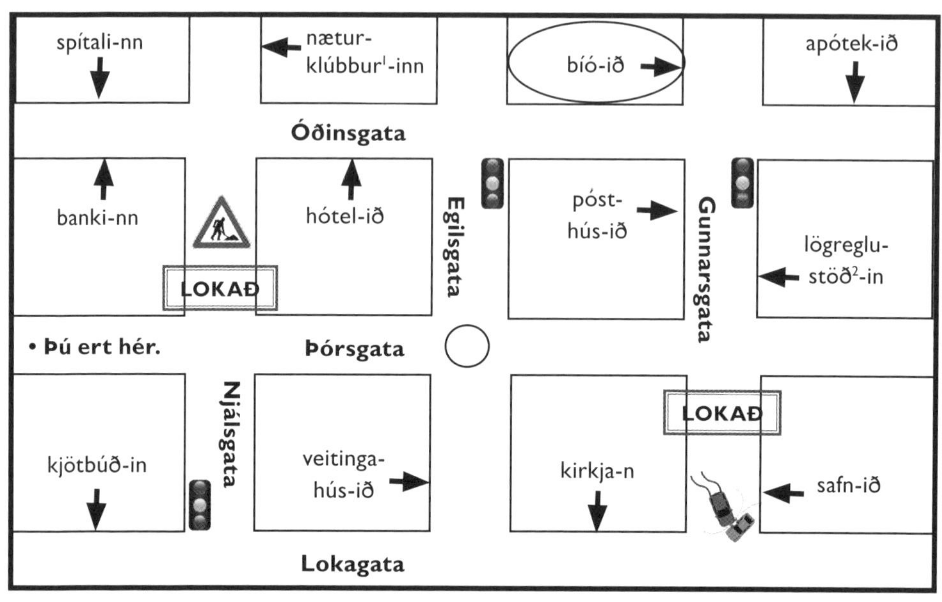

[1] næturklúbb·ur (m/-i, -s, -ar) – Nachtclub, [2] lögreglustöð (f/-var, -var) – Polizeiwache

8. Beantworten Sie die Fragen zum Dialog im Lehrbuch.

a) Hvar ætla þau að gista?

....

b) Af hverju finna þau ekki götuna?

....

c) Hvar vill Hanna spyrja til vegar?

....

d) Hver hjálpar þeim að komast til Þóru?

....

e) Hverjum[1] er Hanna lík?

....

f) Af hverju veit Þórólfur um Hönnu?

. . . .

[1] hverjum – wem

9. Übersetzen Sie ins Isländische.

a) Die Karte ist nicht genau genug.

. . . .

b) Sollen wir nach dem Weg fragen?

. . . .

c) Ich fragte den Mann nach dem Weg.

. . . .

d) Können Sie mir sagen, wie spät es ist?

. . . .

e) Wir bogen nach rechts ab.

. . . .

f) Die Beschreibung ist ziemlich genau.

. . . .

g) Wem ähnelt Dísa? . . . .

h) Sie sieht aus wie unsere Mutter.

. . . .

i) Meine Tochter ist in deinem Alter.

. . . .

Lektion 31

Was tut dir weh?

1. Benennen Sie die Körperteile.

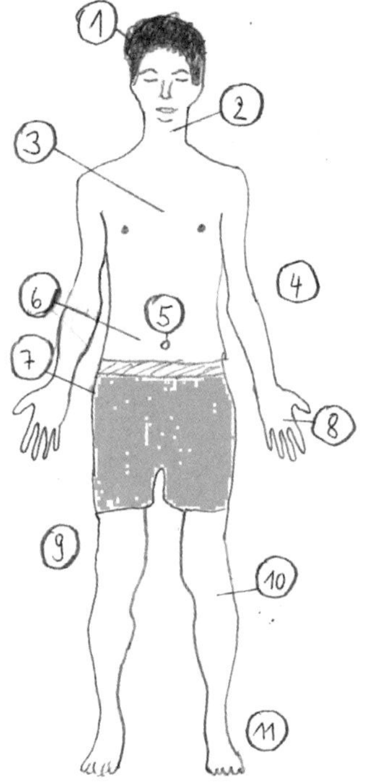

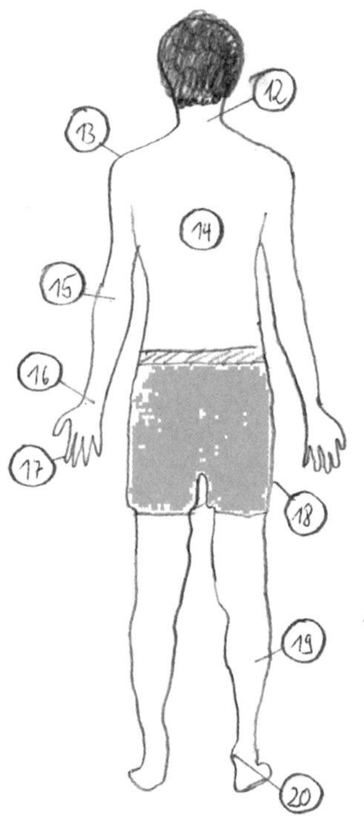

(1) . . . .

(2) . . . .

(3) . . . .

(4) . . . .

(5) . . . .

(6) . . . .

(7) . . . .

(8) . . . .

(9) . . . .

(10). . . . .

(11). . . . .

(12). . . . .

(13). . . . .

(14). . . . .

(15) . . . .

(16) . . . .

(17) . . . .

(18) . . . .

(19) . . . .

(20) . . . .

2. Setzen Sie die richtige Form der Körperteile aus Aufgabe 1 in die Lücken ein. Denken Sie an den bestimmten Artikel.

a) Mér er illt í (1) ....

b) Barninu er illt í (6) ....

c) Henni er illt í (14) ....

d) Er þér illt í (2) ....?

e) Hönnu er ekki illt í (12) ....

f) Ömmu er stundum illt í (8) ....

g) Eftir fjallgönguna var mér illt í (11) ....

h) Manninum er illt í (10) ....

3. Was passt zusammen?

a)	mér er flökurt	(1)	mir tun die Ohren weh
b)	mér er illt í eyrunum	(2)	ich blute
c)	mér er kalt	(3)	mir ist heiß
d)	mér batnar	(4)	mir tun die Augen weh
e)	mér blæðir	(5)	mir ist übel
f)	mér líður vel	(6)	ich fühle mich schlecht
g)	mér er heitt	(7)	ich werde gesund
h)	mér er illt í augunum	(8)	ich fühle mich gut
i)	mér líður illa	(9)	mir ist kalt

4. Übersetzen Sie ins Isländische.

a) Wo tut es dir weh? ....

b) Oma hat Bluthochdruck. ....

c) Ich habe Zahnschmerzen. ....

d) Das Kind hat Fieber. ....

e) Im Winter haben viele eine Grippe.

....

f) Sie hatte Durchfall. ....

g) Hast du Schnupfen? ....

h) Er hat eine Halsentzündung. ....

i) Der Junge hat Husten. ....

j) Hast du Blutniederdruck? ....

5. Beugen Sie folgende Verben in der Gegenwart (Präsens).

að svitna	**að beygja**	**að finna**	**að fara**	**að vera**
ég	ég	ég	ég	ég ......
þú	þú	þú	þú	þú ......
hann	hann	hann	hann	hann ......
við	við	við	við	við ......
þið	þið	þið	þið	þið ......
þeir	þeir	þeir	þeir	þeir ......

6. Beugen Sie folgende Verben in der Vergangenheit (Präteritum).

að svitna	**að beygja**	**að kaupa**	**að synda**	**að vera**
ég	ég	ég	ég	ég ......
þú	þú	þú	þú	þú ......
hann	hann	hann	hann	hann ......
við	við	við	við	við ......
þið	þið	þið	þið	þið ......
þeir	þeir	þeir	þeir	þeir ......

7. Setzen Sie die Wörter in Klammern in den richtigen Fall.

a) .... (Hanna) líður vel.

b) .... (ég) vantar verkjatöflur.

c) .... (maður-inn) blæðir.

d) .... (kona-n) er flökurt.

e) .... (barn-ið) er að batna.

f) .... (strákar-nir) langar í ís.

g) .... (stelpur-nar) er kalt.

h) .... (þær) finnst kók gott.

i) .... (hann) líður illa.

j) .... (þú) er illt í maganum.

k) .... (fólk-ið) líður vel.

l) .... (börn-in) er heitt.

8. Beantworten Sie die Fragen zum Dialog im Lehrbuch.

a) Hvar finnur Michael til?

....

b) Hvernig reynir Hanna að hjálpa honum?

....

c) Af hverju svitnar hann?

....

d) Af hverju er honum flökurt?

....

e) Af hverju flýtir hann sér á klósettið?

....

9. Übersetzen Sie ins Isländische.

a) Oma kocht Tee für uns. ....

b) Ich habe Kopfschmerzen. ....

c) Ich brauche Schmerztabletten. ....

d) Er hat eine Jeans und ein Hemd an.

....

e) Sie hatte einen Rock und eine Bluse an.

....

f) Ihr war sehr übel. ....

g) Sie übergab sich mehrmals. . . . .

h) Das Kind hat zwei Pullover an.

. . . .

i) Deswegen schwitzt es. . . . .

j) Lass mich deine Stirn fühlen. . . . .

k) Ja, ich glaube schon. . . . .

l) Nein, ich glaube nicht. . . . .

Lektion 32

Was hast du gemacht?

1. Suchen Sie aus dem Lektionstext alle Verben im Präteritum heraus und finden Sie den Infinitiv (die Grundform des Verbs).

2. Entscheiden Sie, ob es sich um eine Form der Gegenwart oder der Vergangenheit handelt.

		nútíð	þátíð
a)	Hvenær komuð þið til Reykjavíkur?	❒	❒
b)	Mér líður illa í dag.	❒	❒
c)	Við þrifum íbúðina um helgina.	❒	❒
d)	Barnið braut diskinn.	❒	❒
e)	Hann vinnur til klukkan átta.	❒	❒
f)	Kötturinn hvarf í fyrradag.	❒	❒
g)	Við drekkum kaffi bara með mjólk.	❒	❒
h)	Unnu þeir á veitingahúsi?	❒	❒
i)	Strákurinn lýgur að mömmu.	❒	❒
j)	Gafst þú honum bókina?	❒	❒
k)	Við drukkum bara tvo bjóra í gærkvöldi.	❒	❒
l)	Hann bað mig um að loka[1] glugganum.	❒	❒
m)	Farið þið ekki til Íslands í næstu viku?	❒	❒

n) Þær fengu sér kaffi og köku. ❐ ❐
o) Hvernig gengur að læra íslensku? ❐ ❐
p) Afi minn dó í fyrra. ❐ ❐
q) Ég fór í bíó í gærkvöldi. ❐ ❐
r) Bókin lá á borðinu. ❐ ❐
s) Lest þú dagblað? ❐ ❐
t) Við sjáum ekkert í þokunni. ❐ ❐
u) Þeir sváfu rosalega lengi. ❐ ❐
v) Bjugguð þið ekki á Akureyri? ❐ ❐
w) Hann tekur margar myndir af kirkjunni. ❐ ❐
x) Við sáum ekkert í þokunni. ❐ ❐
y) Barnið grét alla nóttina. ❐ ❐
z) Við njótum útsýnisins. ❐ ❐

[1] að loka (a) + Dat. – schließen

3. Angegeben sind Präteritumformen. Bilden Sie die Form der Gegenwart.

a) hún vann ....

b) við drukkum ....

c) þú komst ....

d) þeir voru ....

e) þið nutuð ....

f) hann stal ....

g) þær báðu ....

h) þú gafst ....

i) ég sat ....

j) þið urðuð ....

k) við stóðum ....

l) mér fannst ....

m) henni leið ....

n) þið biðuð ....

o) hún svaf ....

p) við bjuggum ....

q) þú laugst ....

r) það varð ....

s) ég hljóp ....

t) hann hét ....

u) við tókum ....

v) hún sá ....

w) þú dast ....

x) þeir lásu ....

y) við unnum ....

z) ég beið ....

4. **Beugen Sie folgende starke Verben im Präteritum.**

	að bíða		**að bjóða**		**að drekka**		**að stela**		**að lesa**
ég	......	ég	......	ég	......	ég	......	ég	......
þú	......	þú	......	þú	......	þú	......	þú	......
hann	......	hann	......	hann	......	hann	......	hann	......
við	......	við	......	við	......	við	......	við	......
þið	......	þið	......	þið	......	þið	......	þið	......
þeir	......	þeir	......	þeir	......	þeir	......	þeir	......

	að fara		**að gráta**		**að þrífa**		**að ljúga**		**að finna**
ég	......	ég	......	ég	......	ég	......	ég	......
þú	......	þú	......	þú	......	þú	......	þú	......
hann	......	hann	......	hann	......	hann	......	hann	......
við	......	við	......	við	......	við	......	við	......
þið	......	þið	......	þið	......	þið	......	þið	......
þeir	......	þeir	......	þeir	......	þeir	......	þeir	......

	að koma		**að halda**		**að fá**		**að búa**		**að liggja**
ég	......	ég	......	ég	......	ég	......	ég	......
þú	......	þú	......	þú	......	þú	......	þú	......
hann	......	hann	......	hann	......	hann	......	hann	......
við	......	við	......	við	......	við	......	við	......
þið	......	þið	......	þið	......	þið	......	þið	......
þeir	......	þeir	......	þeir	......	þeir	......	þeir	......

5. Vervollständigen Sie die Ablautreihen folgender Verben

Infinitiv	1. P. Sing. Präs.	1. P. Sing. Prät.	1. P. Plur. Prät.	Part. Perfekt
brjóta (brechen)	ég brýt	ég braut	við brutum	brotið
bíta (beißen)				bitið
		ég naut		notið
	ég vinn			unnið
			við sváfum	sofið
	ég bið			beðið
sitja (sitzen)				setið
	ég sé			séð
			við urðum	orðið
		ég tók		tekið
falla (fallen)				fallið
			við fengum	fengið
	ég get			getað
		ég dó		dáið
fara (fahren)				farið
	ég er			verið
	ég kýs			kosið
			við stóðum	staðið
		ég lá		legið
skera (schneiden)				skorið
		ég brann		brunnið

	ég dreg			dregið
heita (heißen)				heitið
			við bjuggum	búið
	ég geng			gengið

6. Partnerarbeit: Partner A deckt die rechte Seite und Partner B die linke Seite ab. Bilden Sie das Präteritum und kontrollieren Sie sich gegenseitig.

Partner A	**Partner B**
ég finn → *ég fann*	ég finn → . . . .
hann bítur →	hann bítur → *hann beit*
við ljúgum → *við lugum*	við ljúgum → . . . .
þú lest →	þú lest → *þú last*
þeir láta → *þeir létu*	þeir láta → . . . .
ég drekk →	ég drekk → *ég drakk*
hún sefur → *hún svaf*	hún sefur → . . . .
þið verðið →	þið verðið → *þið urðuð*
þú liggur → *þú lást*	þú liggur → . . . .
þær syngja →	þær syngja → *þær sungu*
við sjáum → *við sáum*	við sjáum → . . . .
þú skýtur →	þú skýtur → þú skaust
þið drepið → þið drápuð	þið drepið → . . . .
ég bið →	ég bið → *ég bað*
mér líður → *mér leið*	mér líður → . . . .
hann dettur →	hann dettur → *hann datt*

við komum → *við komum*	við komum → . . . .
ég bý →	ég bý → *ég bjó*
þú heldur → *þú hélst*	þú heldur → . . . .
þau taka →	þau taka → *þau tóku*
þið sláið → *þið slóguð*	þið sláið → . . . .
hann fær →	hann fær → *hann fékk*

7. Tauschen Sie die Ersatzform mit *vera* durch das Präteritum aus.

a) Ég **var að syngja** fallegt lag[1]. . . . .

b) Við **vorum að njóta** kvöldsins. . . . .

c) Þið **voruð að drekka** mikið. . . . .

d) Þeir **voru að finna** lykla á gangstéttinni[2]. . . . .

e) Þú **varst að ljúga** að mér. . . . .

f) Hann **var að lesa** dagblaðið. . . . .

g) Þær **voru að vinna** á skrifstofunni. . . . .

h) Ég **var að liggja** í sófanum. . . . .

i) Við **vorum að standa** í kuldanum[3]. . . . .

j) Hún **var að gráta** alla nóttina[4]. . . . .

k) Þið **voruð að taka** margar myndir. . . . .

l) Þú **varst að brjóta** diskinn. . . . .

m) Ég **var að leika** á gítar. . . . .

n) Við **vorum að bíða** lengi eftir henni. . . . .

o) Hann **var að bjóða** mér í kaffi.................................

p) Þeir **voru að gefa** ömmu gjöf[5].................................

q) Þið **voruð að hlaupa** hratt.................................

[1] lag (n/-i, -s, lög) – Lied, [2] gangstétt (f/-ar,-ir) – Bürgersteig, [3] kuld·i (m/-a, -ar) – Kälte, [4] alla nóttina – die ganze Nacht, [5] gjöf (f/gjafar, gjafir) – Geschenk

8. Schauen Sie sich den Dezember bei Erla an und erzählen Sie, was sie wann gemacht hat.

✓ Fyrsta desember fór hún í jóga.
✓ Frá ... til ... var hún ...

1 fara í jóga	**2**	**3** próf í bókmenntum[1]	**4**	**5** próf í málfræði[2]	**6**	**7** kaffi hjá ömmu
8	**9** próf í þýsku	**10**	**11** kaupa fyrstu jólagjafir[3]	**12** fara á djammið	**13** sofa út	**14**
15 hlaupa vetrarmaraþon[4]	**16**	**17** liggja í leti[5]	**18**	**19**	**20** þrífa íbúðina	**21** kaffi hjá Evu frænku
22 kaupa síðustu jólagjafirnar	**23** fara í kirkju	**24** halda jólin	**25** halda jólin	**26** halda jólin	**27**	**28**
29	**30** búa til kartöflusalat	**31** halda áramótapartý [6]				

[1] bókmenntir (fpl) – Literatur, [2] málfræði (f) – Grammatik, [3] jólagjöf (f/-gjafar, -gjafir), [4] maraþon (n/-i, -s, -) – Marathon, [5] að liggja (lá – lágum, legið) í leti – faulenzen, [6] áramótapartý (n/-i, -s, -) – Silvesterparty

9. Partnerarbeit: Fragen Sie sich gegenseitig, was Sie am Wochenende gemacht haben. Präsentieren Sie die Ergebnisse vor dem Kurs.

- ✓ Hvað gerðir þú um helgina?
- ✓ Á laugardaginn ...
- ✓ Á sunnudaginn ...
- ✓ ... alla helgina.

10. Lesen Sie sich den Lektionstext noch einmal durch und erzählen Sie Michaels Reise mit Ihren eigenen Worten nach. Verwenden Sie die 3. Person.

- ✓ Hann heitir Michael. Michael er stúdent.
- ✓ Vinkona hans er Hanna. Hún er Íslendingur.
- ✓ Michael fór til Íslands með Hönnu.
- ✓ ...

Lektion 1

1. a. er, er b. ert, er c. Er, er, d. Ert, er e. er
2. a. heitir, heiti b. heitir, heitir c. Heitir, heiti
3. a. (4), b. (6), c. (8), d. (9), e. (1), f. (10), g. (2), h. (5), i. (7), j. (3)
4. a. Þetta er ég. Ég heiti Hanna. b. Þetta er vinur minn. Hann heitir Micheal. c. Hvað heitir þú? – Ég heiti Michael. d. Hver ert þú? – Ég er Hanna. e. Ert þú Hrafnhildur? – Nei, ég er Hanna. f. Er þetta vinur þinn? – Já, þetta er hann.
5. a. Ég heiti ... b. Vinur minn heitir ...

Lektion 2

1. a. (4), b. (9), c. (8), d. (7), e. (3), f. (5), g. (1), h. (2), i. (10), j. (6)
2. hundur, fjall, batterí, pasta, sígaretta
3. a. Hvað heitir þú? – Ég heiti Michael. b. Hvernig segir maður ‹Hotel› á íslensku? c. Maður segir ‹hótel› á íslensku. d. Ísland er eyja. e. Er þetta Eyjafjallajökull?
4. a. Ég heiti ... b. Pabbi minn heitir ... c. Mamma mín heitir ... d. Maður segir ‚jökull' á íslensku. e. Maður segir ‚eyja' á íslensku.

Lektion 3

1. a. góða nótt (da keine Begrüßung) b. góðan daginn (da keine Verabschiedung) c. ekkert sérstakt (da keine positive Erwiderung)
2. a. (6), b. (7), c. (4), d. (9), e. (2), f. (1), g. (3), h. (5), i. (8)
3. a. góðan daginn b. góða kvöldið c. bæ, bæ d. Hvað syngur í þér?/ Hvað segist? e. Hvað er í fréttum?/ Hvað er títt? f. Ég segi allt fínt/ allt ágætt/ allt þetta fína. g. Gaman að hitta þig!
4. a. Takk, sömuleiðis. Hvað er títt? b. Ég segi allt þetta fína. c. Ekkert sérstakt. d. Jú, ég er Hanna.
5. a. heitirðu b. segirðu c. ertu
6. þig, Sömuleiðis, gott, þú, segi, allt, frétta, Ekkert, á leiðinni, jú, frábært
7. a. Góðan dag(inn), hvað segir þú gott? b. Ég segi allt gott/ fínt / ágætt. En þú? c. Góða kvöldið/ Gott kvöld. Gaman að sjá þig. d. Hæ. Gaman að hitta þig. e. Takk, sömuleiðis. f. Hvað er að frétta?/ Hvað er í fréttum?/ Hvað er títt? g. Takk fyrir síðast. h. Ég er á leiðinni til Íslands. i. Ertu ekki Hanna? j. Jú, ég er Hanna.
8. Michael er á leiðinni til Íslands. b. Ég segi ... c. Vinur minn segir ... d. ... e. Maður segir ‹góðan dag› eða ‹góðan daginn› á íslensku.

Lektion 4

1. Ísland – Island, Þýskaland – Deutschland, Noregur – Norwegen, Svíþjóð – Schweden, Danmörk – Dänemark, Finnland – Finnland, Pólland – Polen, Tékkland – Tschechien, Austurríki – Österreich, Eistland – Estland, Lettland – Lettland, Litháen – Lithauen, Rússland – Russland, Ungverjaland – Ungarn, Holland – Niederlande, Belgía – Belgien, Sviss – Schweiz, Frakkland – Frankreich, Bretland – Großbritannien, Ítalía – Italien, Spánn – Spanien, Portúgal – Portugal, Írland – Irland, Grikkland – Griechenland, Rúmenía – Rumänien, Búlgaría – Bulgarien, Tyrkland – Türkei, Slóvakía – Slowakei, Úkraína – Ukraine
2. a. Þýskalandi b. Íslandi c. Bretlandi d. Hollandi e. Austurríki f. Spáni g. Danmörku h. Sviss i. Frakklandi j. Ítalíu k. Póllandi l. Bandaríkjunum
3. a. (4), b. (1), c. (5), d. (2), e. (3)
4. a. Hvaðan ertu? b. Ég er frá Þýskalandi. c. Frá hvaða landi er Hanna? d. Hanna er frá Íslandi. e. Hvaðan er vinur þinn? f. Vinur minn er frá Noregi. g. Ertu Þjóðverji? h. Nei, ég er Íslendingur. i. Velkomin til Íslands.
5. a. Ég segi ... b. Ég er frá ... c. Vinur minn er frá ... d. Hanna er frá Íslandi. e. Nei, ég er ... f. Nei, hún er Íslendingur.

Lektion 5

1. stóll, skápur, sjónvarp, koddi, lampi, útvarp, rúm, sófi, gluggi, sæng, klukka, borð, rigning, auga, epli, bíll, súkkulaði, kaka, bjór, eyra
2. **männlich:** stóll, skápur, koddi, lampi, sófi, gluggi, bíll, bjór; **weiblich:** sæng, klukka, rigning, kaka; **sächlich:** sjónvarp, útvarp, rúm, borð, auga, epli, súkkulaði, eyra
3. **männlich:** jökull, pabbi, maður, himinn, kjóll, þjónn, vindur, ofn, steinn, múr; **weiblich:** mamma, æfing, rós, bygging, kvittun, bók, mynd, kona, stelpa, taska, búð; **sächlich:** hjarta, barn, þema, kaffi, pasta, afmæli, bíó
4. a. Hvað er þetta? b. Þetta er hótel. c. Hérna er skápur. d. Þarna er sjónvarp. e. Er þetta útvarp? f. Einmitt. Og þarna er kanna. g. Er þetta glas? h. Ég veit það ekki. i. Hérna er bók. j. Er þetta pasta? – Nei, þetta er lasanja. k. Hver ert þú? l. Ertu Þjóðverji eða Íslendingur? m. Ertu frá Íslandi? n. Nei, ég er frá Sviss. o. Hvernig segir maður ‹Stadt› á íslensku? p. Maður segir ‹borg› á íslensku.

Lektion 6

1. rúm – rúmið, lykill – lykillinn, flaska – flaskan, peningaskápur – peningaskápurinn, taska – taskan, handklæði – handklæðið, penni – penninn, bolur – bolurinn, klósett – klósettið, jakki – jakkinn, skyrta – skyrtan, sími – síminn

2. a. kaffið b. maðurinn c. konan d. bíllinn e. pastað f. hundurinn g. bókin h. eplið i. útvarpið j. spegillinn k. búðin l. barnið m. míníbarinn n. hurðin o. dagblaðið p. vaskurinn q. blússan r. Íslendingurinn s. sturtan t. Þjóðverjinn u. bíóið v. sófinn w. kakan x. bjórinn y. hótelið z. jökullinn
3. a. bíll b. steinn c. íslenskuæfing d. jökull e. fjall f. sígaretta g. flugrúta
4. a. blússan mín b. pabbi minn c. bolurinn minn d. eplið mitt e. lykillinn minn f. mamma mín g. flaskan mín h. sjónvarpið mitt i. bróðir minn j. skyrtan mín k. handklæðið mitt l. systir mín m. augað mitt n. penninn minn o. bíllinn minn p. sængin mín q. sófinn minn r. klukkan mín
5. a. Hvar er bókin mín? b. Bókin þín er þarna. c. Hvar er lykillinn minn? d. Lykillinn þinn er hérna. e. Er þetta blússan þín? f. Nei, þetta er skyrtan mín. g. Er þetta glasið þitt? h. Já, þetta er glasið mitt. i. Hvar er pabbi þinn? j. Pabbi minn er á Húsavík. k. Er mamma þín líka þar? l. Hvar er bróðir þinn? m. Bróðir minn er í Reykjavík. n. Ertu vinur minn? o. Já, ég er vinur þinn.

Lektion 7

1. a. einn + tveir = þrír b. fjórir + fimm = níu c. tólf - tíu = tveir d. þrettán - sex = sjö
2. a. einn b. tveir c. þrír d. fjórir e. fimm f. sex g. sjö h. átta i. níu j. tíu
3. a. tuttugu og fjórir b. fimmtán c. nítján d. fjörutíu og þrír e. sextíu og sex f. tólf g. níutíu og tveir h. sjötíu og átta i. þrettán j. tuttugu og níu k. áttatíu og fjórir l. sautján m. fimmtíu og einn n. fjórtán o. þrjátíu og fimm p. átján q. fjörutíu og sjö r. ellefu
4. a. 459 b. 923 c. 2134 d. 1311 e. 8785 f. 6242
6. a. Hvað er símanúmerið þitt/hjá þér? b. Símanúmerið mitt/hjá mér er ... c. Hvar er síminn minn? d. Síminn þinn er hérna. e. Hvar er hótelið? f. Það er í Reykjavík. g. Er þetta vatnsflaskan þín? h. Nei, þetta er ekki flaskan mín. i. Gaman að sjá þig. j. Hvað er að frétta?/ Hvað er í fréttum? / Hvað er títt? k. Hvað segir þú (gott)? l. Ég segi allt gott/ fínt, takk. En þú? m. Takk fyrir síðast.

Lektion 8

1. svangur – svöng – svangt; grænn – græn – grænt; rauður – rauð – rautt; grár – grá – grátt, gamall – gömul – gamalt; góður – góð – gott; þægur – þæg – þægt; strangur – ströng – strangt; nýr – ný – nýtt; frábær – frábær – frábært; blár – blá – blátt; kaldur – köld – kalt; heitur – heit – heitt; áhugaverður – áhugaverð – áhugavert; erfiður – erfið – erfitt; langur – löng – langt; brúnn – brún – brúnt; hár – há – hátt; fallegur – falleg – fallegt

2. a. (3), b. (6), c. (9), d. (1), e. (7), f. (10), g. (2), h. (5), i. (4), j. (8)
3. a. lítill b. gamall c. heitur
4. a. tónlistarhús b. sterkur, gamall c. lítið d. veður e. grár, fallegur f. kaffi, vatn g. rauð, brún h. ströng, falleg i. vinur, strákur j. erfið
5. a. gott, kalt b. blá, rauð c. lítill, þægur d. áhugaverð, erfið e. erfitt f. heitt, kalt g. gömul h. dýrt i. há, hátt j. lítið k. grænt, blár l. svangt m. svöng, þyrst
6. a. Nei, grasið er ekki blátt. Það er grænt. b. Já, Atlantshafið við Ísland er kalt. c. Já. /Nei, hún er einföld. d. Já, Ísland er dýrt land. e. Já./ Nei, ég er saddur/södd.
7. c. f. k. e. j. a. i. g. d. h. b.
8. a. Esjan er hátt fjall norðan Reykjavíkur. b. Harpan er fallegt tónlistarhús í Reykjavík. c. Veðrið er gott. Það er ekki of heitt og ekki of kalt. d. Strákurinn er þreyttur. Er stelpan líka þreytt? e. Ísland er fallegt og stórt land. f. Íslenskan er mjög áhugaverð en líka erfið. g. Er bíllinn nýr? – Nei, þetta er mjög gamall bíll. h. Hanna er falleg og glöð kona og Michael er fallegur og glaður maður. i. Sjáðu, þarna er Atlantshafið. j. Bíddu augnablik. k. Ég er alveg að koma.

Lektion 9

1. a. er b. Eruð c. erum d. ert e. eru f. er g. Ert h. Eru i. eru j. er k. er l. er m. eru n. eruð, erum
2. Hann er að bíða. Þeir eru að drekka. Hún er að læra. Þau eru að dansa saman. Hún er að mála sig. Hún er að prjóna. Hún er að tala í símann. Fólk er að greiða sér. Fólk er að borða. Hann er að klæða sig. Þeir eru að synda.
3. gera, við, Hvað, hárið, þvo, mig, ert, að, mér, núna, klæða, nammi, míníbarnum, dýrt, hverju, svangur, ilmvatn, erum, út
4. a. rangt b. rétt c. rétt d. rangt e. rangt
5. a. Hvað er Hanna að gera? – Hún er að þurrka á sér hárið. b. Hvað er Michael að gera? – Hann er að bíða. c. Hvað eru Hanna og Michael að gera? – Þau eru að tala íslensku. d. Hvað eruð þið að gera? – Við erum að borða pasta. e. Hvað ert þú að gera? – Ég greiði mér. f. Hvað erum við að gera? – Þið eruð að drekka bjór. g. Hvað eru þeir/þær/þau að gera? – Þeir/þær/þau eru að spila fótbolta. h. Helgi og Helga eru að klæða sig. i. Hann er að setja á sig ilmvatn. j. Nammi úr míníbarnum er dýrt. Hættu því að borða nammið. k. Af hverju er Michael að bíða? – Af því að Hanna er að hafa sig til. l. Michael er svangur. m. Er Hanna líka svöng? n. Komdu!

Lektion 10

1. a. lampar b. kökur c. epli d. menn e. konur f. strákar g. gestir h. bækur i. jöklar j. augu k. börn l. borgir m. hús n. pennar o. töskur p. lyklar q. glös r. bílar s. sængur t. koddar u. rúm v. nætur w. stelpur x. vinir y. hundar z. byggingar
2. a. margir, tveir b. mörg, þrjú c. margar, fjórar d. margir, tvö hundruð e. mörg, þrjátíu og eitt f. margir, ellefu g. mörg, tvö h. margir, fjórir i. margar, tuttugu og tvær j. mörg, fjörutíu og þrjú k. margar, þrjár l. mörg, eitt m. margir, tveir n. margar, fimm o. mörg, tvö p. margir, einn q. mörg, eitt
3. a. mamma b. pabbi c. hjarta d. bók e. kona f. borg g. dagur h. kvöld i. steinn j. kanna k. Íslendingur l. fjall m. bygging n. lykill o. búð p. glas q. auga r. gluggi s. skál t. klukka u. útvarp v. sófi w. bíó x. nótt y. rós z. sæng
4. a. Þeir voru um ein milljón í fyrra. b. Á Íslandi búa um þrjú hundruð og þrjátíu þúsund. c. Náttúran er mikilvæg á Íslandi. d. Hann hlakkar til að skoða allt á Íslandi. e. Laugavegur er vinsæl verslunargata í Reykjavík. f. Þeir eru að fara á veitingahús. g. Já, hann er glorhungraður.
5. a. Á Íslandi eru margir jöklar, mörg vötn og margar strendur. b. Það koma alltaf ótrúlega margir túristar til Íslands. c. Náttúran er mjög mikilvæg á Íslandi. d. Í Reykjavík eru margar minjagripaverslanir, mörg veitingahús og margir barir. e. Hér eru upplýsingar fyrir ferðamenn. f. Laugavegurinn er mjög vinsæll. Unglingar koma hingað á djammið.

Lektion 11

1. a) hákarl b) hákarl; a) pylsa með öllu b) pylsu með öllu; a) kóteletta b) kótelettu; a) sveppir b) sveppi; a) samloka b) samloku; a) tómatar b) tómata; a) rækjur b) rækjur; a) hamborgari b) hamborgara; a) gulrætur b) gulrætur; a) salat b) salat; a) salt og pipar b) salt og pipar; a) svið b) svið; a) pítsa, b) pítsu; a) paprika b) papriku; a) franskar b) franskar
2. a) rauðvín b) rauðvín; a) mjólk b) mjólk; a) kokteill b) kokteil; a) bjór b) bjór; a) te b) te; a) sódavatn b) sódavatn; a) eplasafi b) eplasafa; a) gos b) gos; a) kaffi b) kaffi; a) espressó b) espressó; a) heitt súkkulaði b) heitt súkkulaði
3. a. (3), b. (6), c. (5), d. (2), e. (8), f. (7), g. (1), h. (4)
4. a. tómatar b. baunir c. sveppir d. kartöflur e. salöt f. kökur g. kokteilar h. laukar i. pítsur j. laxar k. rækjur l. gulrætur
5. a. hamborgarinn b. blómkálið c. silungurinn d. rauðsprettan e. kókin/kókið f. kjötið g. lundinn h. snitselið i. steikin j. gulrótin k. folaldið l. brokkolíið m. ísinn n. skyrið o. mjólkin p. kaffið q. espressóinn r. teið s. bjórinn t. brennivínið u. piparinn
6. a. svínakjöt b. hænsnakjöt c. lambakjöt d. nautakjöt e. hvalkjöt f. hrossakjöt

7. a. baunir (da kein Fastfood) b. kók (da kein Alkohol) c. safi (da kein Heißgetränk) d. ávextir (da kein Fleisch) e. snitsel (da kein Gewürz) f. súpa (da keine Nachspeise) g. kjúklingur (da kein Fisch)
8. a. (9), b. (7), c. (10), d. (2), e. (1), f. (8), g. (3), h. (5), i. (6), j. (4)
11. a. ætla b. vilt c. Má d. ætlum e. Ætlið f. mega g. ætlum h. Megum i. vilja j. ætlar k. vill l. ætlar m. Viljið
12. a. Afsakið, má ég fá matseðilinn, takk? b. Matseðillinn er á íslensku. c. Ég ætla að panta á íslensku. d. Ég ætla að fá súpu dagsins í forrétt. e. Við ætlum að fá hamborgara og franskar í aðalrétt. f. Viljið þið súkkulaðiköku í eftirrétt? g. Hvað má bjóða þér að drekka? h. Ég ætla að fá appelsínusafa. i. Ertu tilbúin/n að panta? j. Hanna er grænmetisæta. k. Maturinn er gómsætur. l. Það hljómar vel.

Lektion 12

1. a. hamborgararnir b. pastað c. reikningurinn d. Íslendingarnir e. konurnar f. salötin g. rækjurnar h. laxarnir i. vatnið j. pítsurnar k. hvítvínið l. gulræturnar m. bókin n. sófinn o. kaffið p. sveppirnir q. agúrkan r. kakóið s. kokteilarnir t. lambakjötið u. folöldin v. kartöflurnar w. sviðin x. drykkirnir
2. a. reikninginn b. súkkulaðikökuna c. tómatana d. ostborgara e. peysuna f. mennina g. fótbolta h. kjötbollurnar i. spurningu j. sveppina k. ostabitana
3. a. Þetta eru pennarnir. b. Hvar eru vatnsflöskurnar? c. Börnin eru að lesa bækurnar. d. Ég borða tómatana. e. Vinkonurnar eru heima. f. Ég borða kartöflur. g. Ég er að tala við vinina. h. Vinirnir ætla að fá kók. i. Þeir eru að borða samlokur. j. Þeir eru að grilla laxa. k. Mennirnir vilja drekka te.
4. a. (7), b. (4), c. (2), d. (6), e. (1), f. (8), g. (5), h. (3)
5. a. seigur (da nicht positiv) b. þyrstur (da keine weibliche Form) c. grænmetisæta (da kein Gemüse)
6. a. (4), b. (5), c. (1), d. (2), e. (7), f. (9), g. (6), h. (3), i. (8)
7. a. Það var gaman að sjá þig. b. Við vorum í Reykjavík. c. Hvar varstu? d. Kjötið var mjög meyrt. e. Hvernig voru kartöflurnar? f. Voruð þið að borða fiskisúpu? g. Ég var ánægður með matinn.
8. a. Má ég fá reikninginn, takk? – Alveg sjálfsagt. b. Er hægt að borga með kreditkorti? c. Michael borgar allt saman. Hann býður Hönnu. d. Ég ætla að fá espressó í eftirrétt. e. Lambasteikin var meyr og alls ekki seig. f. Salatið var ferskt og mjög girnilegt. g. Það er ekki algengt að gefa þjórfé á Íslandi. h. Það kemur ekki til greina. i. Hvar er inngangurinn? j. Viltu afrit? k. Takk fyrir komuna. l. Takk fyrir mig.

Lektion 13

1. a. (3), b. (6), c. (4), d. (1), e. (2), f. (7), g. (5)
2. a. búinn b. búin c. búnar d. búnir e. búið f. búnar g. búin h. búinn i. búið
3. a. Eru Kalli og Palli búnir að borða? – Nei, þeir eru ekki búnir að borða. b. Ertu búin/n að borga? – Já, ég er líka búin/n að fá kvittunina. c. Eru stelpurnar búnar að koma til Íslands? d. Hvað er Hanna búin að búa lengi í Þýskalandi? e. Hanna er búin að búa í Þýskalandi í fjögur ár. f. Hvað er Michael búinn að vera lengi á Íslandi? g. Michael er búinn að vera á Íslandi í einn dag.

Lektion 14

1. skokka, spila fótbolta, hlusta á tónlist, spila tölvuleiki, fara í sund, spila blak, stunda jóga, horfa á sjónvarpið, fara í bíó, spila á gítar, fara í fjallgöngu, fara á djammið, prjóna, fara á hestbak, elda mat, spila á píanó
2. a. spilar, hata b. borðum, bakar c. Spilið, spilar d. hlustar e. tölum f. hjóla g. þurrkar h. stundið i. ætla j. Bökum k. stunda l. málar m. dönsum n. kólnar o. Talið p. skoða q. eldar r. hlakkar s. borga
3. a. greiðir b. klæðir c. segir d. hittum e. gerir f. heiti g. flýtir h. segir i. hætti j. Lærið k. Syndir l. horfum m. lærir, læri n. flýtið o. heitir
4. a. setur b. selur c. semur d. tel e. seljið f. setur g. vekur h. sem i. leggur j. skil
5. a. hötum, elskum b. æfir c. Ert d. eruð e. prjónar, heklar f. veit g. ætlum h. set i. Má j. dansar k. Eigum l. æfi m. telur n. segið o. mátt p. Lærið q. Átt r. er s. heitið t. Megum u. eru v. veit w. seljum x. á, á
6. a. Þetta er peysan sem amma selur sjálf. b. Ég þekki stelpuna sem spilar á hörpu. c. Þetta er hamborgarinn sem Michael vill borða. d. Þetta er hótelið sem við gistum á. / Þetta er hótelið þar sem við gistum. e. Þetta eru tölvuleikirnir sem Michael spilar. f. Við tölum um tónlistina sem þið hlustið á. g. Við hlustum á tónlistina sem þið talið um. h. Við förum á veitingahúsið sem Hanna elskar.
7. píanó, gítar, trommur, harpa, flauta, saxófónn, fiðla, kontrabassi
8. a. píanó b. gítar c. trommur d. hörpu e. flautu f. saxófón g. fiðlu h. kontrabassa
9. a. Hver eru áhugamál þín? – Áhugamál mín eru fótbolti og blak. b. Hvað gerir þú í frítímanum? – Ég stunda íþróttir og hitti vini í frítímanum. c. Spilar þú á hljóðfæri? – Já, ég spila á gítar, kontrabassa og fiðlu. d. Michael semur tónlist. Hann er tónlistarmaður. e. Ég hata íþróttir og hreyfingu. Ég horfi oft á sjónvarpið. f. Á sumrin er hægt að fara á hestbak og í fjallgöngu. g. Á veturna fer fólkið í ræktina eða prjónar lopapeysur. h. Hanna prjónar illa, en amman er mjög flink við þetta. i. Margir

Íslendingar fara á djammið um helgar og sofa lengi daginn eftir. j. Hanna vill sýna Michael flóamarkað. k. Mamma og pabbi eiga hús. Ég á bara bíl.

Lektion 15

1. sofa, búa til mat, lesa bók, hlaupa, taka mynd, sjá, fara niður, róa, stökkva, fara upp, drekka, fá reikninginn
2. að taka: ég tek, þú tekur, hann tekur, við tökum, þið takið, þeir taka; að hlaupa: ég hleyp, þú hleypur, hann hleypur, við hlaupum, þið hlaupið, þeir hlaupa; að fara: ég fer, þú ferð, hann fer, við förum, þið farið, þeir fara; að fá: ég fæ, þú færð, hann fær, við fáum, þið fáið, þeir fá; að lesa: ég les, þú lest, hann les, við lesum, þið lesið, þeir lesa; að bjóða: ég býð, þú býður, hann býður, við bjóðum, þið bjóðið, þeir bjóða; að sofa: ég sef, þú sefur, hann sefur, við sofum, þið sofið, þeir sofa; að róa: ég ræ, þú rærð, hann rær, við róum, þið róið, þeir róa; að stökkva: ég stekk, þú stekkur, hann stekkur, við stökkvum, þið stökkvið, þeir stökkva; að drekka: ég drekk, þú drekkur, hann drekkur, við drekkum, þið drekkið, þeir drekka; að sjá: ég sé, þú sérð, hann sér, við sjáum, þið sjáið, þeir sjá; að hafa: ég hef, þú hefur, hann hefur, við höfum, þið hafið, þeir hafa; að ljúga: ég lýg, þú lýgur, hann lýgur, við ljúgum, þið ljúgið, þeir ljúga; að láta: ég læt, þú lætur, hann lætur, við látum, þið látið, þeir láta; að búa: ég bý, þú býrð, hann býr, við búum, þið búið, þeir búa
3. erum, fara, veit, Ert, Eigum, fara, er, Vilt, er, eigum, fara, förum, er, fara, hefur, hljómar, Förum, Ferð, ert, fer, ekki, þekki, eigum, telja, göngum, tek, Ert, gera, Er, er, er, er, Vilt, taka, tek, Veist, virkar, ýti
4. a. veitingahúsið b. spítalann c. skólann d. bar e. miðbæinn f. turninn g. ströndina h. Laugaveginn i. verslunargötuna
5. a. Hvert farið þið? – Við förum á bar. b. Eigum við að fara í miðbæinn? c. Barnið sér ekki bílinn og hleypur út á götuna. d. Í dag býr mamma mín til matinn. Hún eldar oft. e. Þarna er Hallgrímskirkja. Viltu fara upp í turninn? f. Þaðan hefur þú frábært útsýni yfir miðbæinn. g. Michael borgar reikninginn og fær afritið/kvittunina. h. Hanna tekur mynd af Michael fyrir framan kirkjuna. i. Stelpan er hress og kát og stekkur á stólinn. j. Á ég einfaldlega að ýta á takkann? k. Á sumrin er lengi bjart á Íslandi.

Lektion 16

1. a. skólann b. kaffihúsinu c. barnum d. vinnuna e. hótelinu f. turninn g. kirkjunni h. veitingahúsinu i. lasanjanu j. safnið k. skrifstofunni l. búðinni m. spítala n. skólinn o. veitingahúsið p. pósthúsunum
2. a. hestinum b. konunni c. barninu d. krökkunum e. manninum

f. hundunum g. kaffihúsinu h. landinu i. boltunum j. skólanum k. bílnum l. kirkjunni m. gestunum n. pastanu
3. a. miðbæinn, turninum b. borgina c. lyftuna, vini, innganginn d. skólann e. skólanum f. banka g. börnunum, dönsku h. miðbæinn i. veitingahús, börum j. frímerki, pósthúsinu k. kirkjuna l. búðina, Laugaveginum m. hótelið n. spítalanum o. safnið, miðbænum p. vinnunni, vinnuna
4. a. rangt b. rétt c. rangt d. rangt e. rangt f. rangt g. rangt h. rétt i. rangt
5. a. skólann (da nicht im Nominativ) b. skrifstofuna (da nicht im Dativ) c. hótelinu (da nicht im Akkusativ) d. bankann (da nicht im Dativ)
6. a. Miðinn kostar 800 krónur fyrir fullorðna. b. Miðinn kostar 100 krónur fyrir börn. c. Turninn lokar eftir þrjátíu mínutur. d. Þau taka lyftuna upp í turninn. e. Hún er svolítið hrædd í lyftum. f. Útsýnið er æðislegt. g. Það er hægt að sjá Snæfellsjökul. h. Hún bíður eftir Michael við innganginn.
8. a. Við borðum pítsu á veitingahúsi. b. Hvað kostar miði fyrir fullorðna og börn? c. Ertu búin/n að fara upp í turninn? d. Hanna er lofthrædd og fer aftur niður. e. Hanna kennir vini íslensku. f. Hanna og Michael eru í turninum sem er í miðbænum. g. Í fjarska er hægt að sjá jökul.
h. Michael heldur áfram að skoða miðbæinn og tekur myndir af miðbænum.
i. Við tökum lyftuna upp í turninn. j. Veðrið er gott og útsýnið frábært.
k. Er eitthvað að? – Nei, það er allt í fínu lagi.

Lektion 17

1. a. (4), b. (6), c. (2), d. (3), e. (7), f. (1), g. (5)
2. a. Það er kalt úti. b. Það er alskýjað. c. Það er hlýtt úti. d. Það er hvasst. e. Það er úrkomulaust.
3. sólskin, rigning, vindur, slydda, snjór, súld, haglél, þoka
4. z. B. Á Norðurlandi verður sólskin/heiðskírt og úrkomulaust. Það verður mjög kalt.
z. B. Á Austurlandi verður sæmilegt veður. Það verður slydda allan daginn.
z. B. Á Suðurlandi verður vont veður. Það verður súld og þoka.
z. B. Á Vesturlandi verður ömurlegt veður. Það verður rigning og mjög hvasst/rok.
z. B. Á hálendinu verður vetrarveður. Það verður snjókoma.
5. vor, sumar, haust, vetur
a. z. B. Á vorin er oft breytilegt veður á Íslandi. Það er oft svalt og stundum er snjókoma.
b. z. B. Á sumrin er bjart allan daginn. Sumarið er ekki heitt og frekar stutt. Stundum er snjókoma á Norðurlandi og á hálendinu.

c. z. B. Á haustin er oft óþægilegt veður. Það er oft rok og ringing. Það snjóar oft á haustin.

d. z. B. Á veturna er dimmt og kalt. Oft er hvasst og snjókoma. Veturinn á Íslandi er langur.

6. a. rangt b. rangt c. rétt d. rangt e. rétt
7. a. Það verður rigning, hvasst og frekar kalt á morgun. b. Sumarið á Íslandi er frekar kalt og stutt. Oft blæs svalur vindur. c. Á sumrin er stundum snjókoma fyrir norðan og á hálendinu. d. Veturinn í Reykjavík er frekar mildur, en það er oft slydda. e. Dagurinn á veturna er mjög stuttur og dimmur. f. Ekki á morgun heldur hinn verður gott veður. Það verður heiðskírt og hlýtt. g. Þau ætla að fara á safn.
9. a. Hvernig verður veðrið í dag? – Það verður hlýtt og úrkomulaust. b. Hvernig verður veðrið á morgun? – Það verður kalt og hvasst. c. Á morgun verður hálfskýjað og það skiptast á skin og skúrir. d. Það blæs svalur vindur og það verður þoka. e. Á sumrin er oft heitt í Þýskalandi en á veturna stundum ískalt. f. Eigum við að kíkja á veðurspána? g. Fyrir hádegið förum við á safn og eftir hádegið hittum við vinkonu. h. Á hálendinu er líka snjókoma á sumrin. i. Á veturna er dimmt mestallan tímann, en á sumrin er bjart allan daginn. j. Sem betur fer verður gott veður á morgun. Eigum við að fara í skemmtiferð? k. Því miður verður ömurlegt veður á morgun. Það verður gott að vera inni.

Lektion 18

1. 1. sunnudagur 2. mánudagur 3. þriðjudagur 4. miðvikudagur 5. fmmtudagur 6. föstudagur 7. laugardagur
2. á sunnudaginn, mánudagur, þiðjudagur, á miðvikudaginn, fimmtudagur, á föstudaginn, á laugardaginn
4. a. (6), b. (4), c. (1), d. (5), e. (7), f. (3), g (2)
6. a. ætlar b. Vilt c. ætlum d. Viljið, vil e. ætlar f. vill g. Ætla h. viljið i. viljum
7. a. norður b. fyrir austan c. suður d. fyrir norðan e. fyrir vestan f. austur g. fyrir sunnan h. vestur
8. a. spyrð b. skipuleggja ferðina c. Skipuleggur d. Spilið e. Eigum f. hefur, löndum g. bakar köku, afa h. Hafið, sögu i. hittum, vini, vinkonur j. tökum, Jökulsárlóni, Gullfossi, fuglum, fjöllum, hvölum k. Farið, náttúruna l. rær, sunnudaginn m. Sefur, ferð n. miðvikudaginn, sér, Hönnu, hlakkar, vinkonu o. safninu, sögu, landnámi p. rigningunni, förum, turninn, borðum, hamborgara, frönskum, veitingahúsi q. Þekkir, foreldra r. Býr
9. a. rétt b. rétt c. rangt d. rangt e. rétt f. rangt g. rétt h. rangt
10. a. Þau ætla á Þjóðminjasafn Íslands. b. Safnið sýnir sögu Íslands frá

landnámi til dagsins í dag. c. Hún sýnir Michael Þingvelli, Geysi og Gullfoss. d. Þau fara norður. e. Hanna ætlar að sýna Michael Mývatnssveitina. f. Síðasti dagur er sunnudagurinn. g. Hann fer aftur heim til Þýskalands á mánudaginn.

11. a. Hvaða dagur er í dag? – Í dag er mánudagur. b. Hvað ætlar þú að gera á þriðjudaginn? – Ekkert sérstakt. c. Á miðvikudaginn ætlum við að fara í bíó með vinkonu okkar. d. Á morgun förum við norður. Ég sýni þér Mývatn. e. Ég ætla að skipuleggja vikuna. Hvað viltu skoða á Íslandi? f. Ég hef áhuga á tónlist, framandi löndum og íþróttum. g. Hrafnhildur er viðkunnanleg vinkona. Þekkirðu vinkonu okkar? h. Fyrir austan verður rigning en fyrir vestan sólskin. i. Michael er svo þýskur. Hann ætlar að skipuleggja dagana. j. Hanna á fjölskyldu og vini á Íslandi. k. Ég hlakka til að sjá vinina og fjölskylduna aftur. l. Af hverju spyrðu ekki Hönnu? Hún veit ótrúlega mikið um Ísland.

Lektion 19

1. a. Íslands b. dagsins c. landa d. fjöskyldunnar e. vinanna f. Egilsstaða g. Þýskalands
2. a. hestsins b. konunnar c. barnsins d. krakkanna e. mannsins f. hundanna g. kaffihúsanna h. landsins i. æfingarinnar j. veðursins k. bílsins l. kirkjunnar m. vinanna n. kjöts
3. a. Þetta er taska konunnar. b. Þetta er hús foreldranna. c. Þetta er bíll mannsins. d. Þetta er bolur barnsins. e. Þetta eru lyklar krakkanna. f. Þetta er bakarí bakarans. g. Þetta eru barnabörn ömmu og afa.
4. a. penni, penna, penna, penna, pennar, penna, pennum, penna b. flaska, flösku, flösku, flösku, flöskur, flöskur, flöskum, flaskna c. borg, borg, borg, borgar, borgir, borgir, borgum, borga d. lunga, lunga, lunga, lunga, lungu, lungu, lungum, lungna e. gestur, gest, gesti, gests, gestir, gesti, gestum, gesta f. skeið, skeið, skeið, skeiðar, skeiðar, skeiðar, skeiðum, skeiða g. glas, glas, glasi, glass, glös, glös, glösum, glasa h. maður, mann, manni, manns, menn, menn, mönnum, manna i. stelpa, stelpu, stelpu, stelpu, stelpur, stelpur, stelpum, stelpna j. land, land, landi, lands, lönd, lönd, löndum, landa k. vegur, veg, vegi, vegar, vegir, vegi, vegum, vega l. menning, menningu, menningu, menningar, menningar, menningar, menningum, menninga
5. a. penninn, pennann, pennanum, pennans, pennarnir, pennana, pennunum, pennanna b. flaskan, flöskuna, flöskunni, flöskunnar, flöskurnar, flöskurnar, flöskunum, flasknanna c. borgin, borgina, borginni, borgarinnar, borgirnar, borgirnar, borgunum, borganna d. lungað, lungað, lunganu, lungans, lungun, lungun, lungunum, lungnanna e. gesturinn,

gestinn, gestinum, gestsins, gestirnir, gestina, gestunum, gestanna f. skeiðin, skeiðina, skeiðinni, skeiðarinnar, skeiðarnar, skeiðarnar, skeiðunum, skeiðanna g. glasið, glasið, glasinu, glassins, glösin, glösin, glösunum, glasanna h. maðurinn, manninn, manninum, mannsins, mennirnir, mennina, mönnunum, mannanna i. stelpan, stelpuna, stelpunni, stelpunnar, stelpurnar, stelpurnar, stelpunum, stelpnanna j. landið, landið, landinu, landsins, löndin, löndin, löndunum, landanna k. vegurinn, veginn, veginum, vegarins, vegirnir, vegina, vegunum, veganna l. menningin, menninguna, menningunni, menningarinnar, menningarnar, menningarnar, menningunum, menninganna

Lektion 20

1. a. (4), b. (6), c. (1), d. (8), e. (2), f. (9), g. (5), h. (3), i. (10), j. (7)
2. 2:00; 2:30; 1:15; 3:45; 5:55; 10:20; 2:50; 7:01
3. a. 3:30/15:30 b. 0:45/12:45 c. 7:10/19.10 d. 9:15/21:15 e. 1:59/13:59 f. 9:30/21:30 g. 5:46/17:46 h. 3:22/15:22 i. 4:45/16:45 j. 11:56/23:56 k. 1:01/13:01 l. 2:15/14:15 m. 6:53/18:53 n. 11:29/23:29 o. 1:30/13:30 p. 2:37/14:37
4. Klukkan er þrjú.; Klukkan er hálf eitt.; Klukkan er fimm mínútur yfir fjögur.; Klukkan er korter yfir sjö. Klukkan er tuttugu og fimm mínútur í tvö.; Klukkan er tuttugu og fimm mínútur yfir tólf.; Klukkan er korter í fjögur.; Klukkan er hálf ellefu.
5. a. rúmlega b. tæplega c. tæplega d. rúmlega
8. j. c. e. h. a. b. d. i. k. g. f.
9. a. Hvað er klukkan? – Klukkan er hálf tvö. b. Klukkan hvað hittum við Guðmund? c. Við hittum Guðmund klukkan korter í fjögur. d. Hvað ætlar þú að gera á morgun? e. Ég ætla að labba í miðbæinn. f. Stelpan er hrædd við hunda. g. Er búðin opin? h. Fyrirgefðu. Ég skil þetta ekki. i. Viltu segja þetta aftur? j. Viltu endurtaka þetta? k. Þú talar alltof hratt. l. Viltu talar hægar? m. Þið talið alltof óskýrt. n. Viljið þið tala skýrar? o. Þetta reddast.

Lektion 21

1. dag, fá, vilt, uppáhellt, gerir, kreditkorti, kaffibollinn, ábót, áfyllingu, sykur, kaffibrúsanum
2. a. Was für einen Kaffee wollen Sie? b. Ich hätte gern einen Filterkaffee. c. Ist der Kaffee zum Nachholen? d. Was kostet eine Tasse Kaffee? e. Nimmst du Milch und Zucker in den Kaffee? f. Filterkaffee ist zum Nachschenken. g. Das macht 450 Kronen. h. Darf ich mit Kreditkarte bezahlen? i. Möchten Sie eine Quittung? j. Die Kaffeethermoskanne ist dort.

3. a. kók (da kein Heißgetränk) b. salt (da nicht für den Kaffee) c. bæði (da keine Verneinung) d. glas (da nicht für den Kaffee)
5. a. Ég ætla að fá kaffibolla. b. Er ábót á kaffið? c. Hvað kostar kaffibolli? d. Hvar er kaffibrúsinn? e. Ég nota mjólk og sykur út í kaffi. f. Hvernig kaffibaunir eru þetta? g. Er hægt að kaupa baunirnar? h. Ég ætla að fá te. i. Hvernig te viltu?

Lektion 22

1. mögliche Lösungen: a. Komdu sæl. Gaman að sjá þig. Hvað er að frétta? b. Verið þið sæl og blessuð. Takk fyrir í dag. c. Góða kvöldið. Velkomin. d. Komdu sæll. Gaman að kynnast þér. e. Góðan daginn. f. Takk fyrir og bless. g. Verið þið blessaðar. Það var gaman að sjá ykkur. h. Komdu sæll. Takk fyrir síðast. i. Komdu sæl og blessuð. Hvað er í fréttum? j. Komið þið sæl. Gaman að sjá ykkur. k. Vertu blessaður. Takk fyrir tímann. l. Verið þið sæl og blessuð. Sjáumst.
2. a. tuttugu og fjögurra ára gamall b. tuttugu og eins árs gömul c. þrjátíu og þriggja ára gamall d. þrjátíu og eins árs gömul e. áttatíu og tveggja ára gömul f. sjötíu og níu ára gamall g. fjörutíu og eins árs gamall h. fjörutíu og tveggja ára gömul i. eins árs gamall.
3. a. (6), b. (4), c. (1), d. (8), e. (9), f. (2), g. (5), h. (3), i. (7)
4. a. kærustu, kærastan b. mann , kærasta c. börn, son, dóttur d. konan, konu
5. hárgreiðslukona, kokkur, læknir, ljósmyndari, þjónn, lögreglumaður, kennari, bakari
6. a. (5), b. (8), c. (6), d. (1), e. (9), f. (3), g. (2), h. (7), i. (4)
7. Beispiel: ... Hún er frá Íslandi. Katrín er fjörutíu og þriggja ára gömul. Hún á kærasta og eina dóttur. Hún er leikkona og vinnur í leikhúsi. Hún leikur á sviðinu. Katrín talar íslensku, ensku, dönsku og smá þýsku.
8. a. Deutsch b. Isländisch c. Englisch d. Französisch e. Dänisch f. Norwegisch g. Schwedisch h. Finnisch i. Niederländisch j. Russisch k. Polnisch l. Spanisch m. Italienisch n. Chinesisch
10. a. Vinkona Hönnu heitir Hrafnhildur. b. Hún er frá Íslandi. c. Hún er tuttugu og sex ára gömul. d. Nei, hún er ekki gift. Hún á bara kærasta. e. Hún á tvö börn: einn son og eina dóttur. f. Hún er kennari. g. Hún vinnur í leikskóla. h. Hún passar börn, syngur, spilar og föndrar. i. Hún talar íslensku, ensku, dönsku og frönsku.
11. a. Ertu ekki frá Þýskalandi? b. Hvað er móðurmál þitt? c. Hvaða tungumál talar þú? d. Við hvað vinnur þú? e. Hvað ertu að læra? f. Vinnur þú líka aukavinnu? g. Hvaða aukavinna er það? h. Hvað áttu mörg börn? i. Áttu kærustu?

12. Sohn: Finnur Karlsson; Eltern: Karl Kárason, Halla Pálsdóttir; Großeltern väterlicherseits: Kári Gíslason, Elín Helgadóttir; Großeltern mütterlicherseits: Páll Bergsson, Inga Ingvadóttir
14. a. tvo b. eina c. fjóra, tvær d. þrjá e. fjögurra f. tveimur g. fjóra h. fjörutíu og fjögurra i. tveggja j. þrjú k. fjórum l. þriggja m. einn, eina n. þriggja o. tveimur p. einnar q. þremur r. fjóra, einn s. eina t. tveimur u. hundrað og eins

Lektion 23

1. a. sterkir, sterkar, sterk b. svangir, svangar, svöng c. grænir, grænar, græn d. rauðir, rauðar, rauð e. gráir, gráar, grá f. gamlir, gamlar, gömul g. góðir, góðar, góð h. þægir, þægar, þæg i. strangir, strangar, ströng j. forvitnir, forvitnar, forvitin k. frábærir, frábærar, frábær l. bláir, bláar, blá m. kaldir, kaldar, köld n. heitir, heitar, heit o. áhugaverðir, áhugaverðar, áhugaverð p. erfiðir, erfiðar, erfið q. langir, langar, löng r. brúnir, brúnar, brún s. háir, háar, há t. fallegir, fallegar, falleg
2. a. (6), b. (8), c. (1), d. (9), e. (2), f. (7), g. (10), h. (3), i. (5), j. (4)
3. a. Hótelin eru falleg. b. Bækurnar eru gamlar. c. Húsin eru grá. d. Íslenskukennararnir eru góðir. e. Töskurnar eru þungar. f. Vötnin eru köld. g. Fataskáparnir eru brúnir. h. Sjónvörpin eru stór. i. Vinir okkar eru svangir. j. Ferðirnar eru langar. k. Dagarnir eru stuttir. l. Börnin eru þæg. m. Konurnar eru strangar.
4. á sunnudaginn, á sunnudögum, frá sunnudegi, til sunnudags; mánudagur, á mánudögum, frá mánudegi, til mánudags; þriðjudagur, á þriðjudaginn, frá þriðjudegi, til þriðjudags; á miðvikudaginn, á miðvikudögum, til miðvikudags; fimmtudagur, á fimmtudögum, frá fimmtudegi, til fimmtudags; föstudagur, á föstudaginn, á föstudögum, frá föstudegi; á laugardaginn, á laugardögum, frá laugardegi, til laugardags
5. a. föstudaginn b. sunnudögum c. miðvikudaginn d. mánudegi, föstudags e. laugardögum f. sunnudaginn g. þriðjudaginn h. fimmtudegi, mánudags i. miðvikudögum
8. a. Þingvelli b. Þingvalla c. Þingvöllum d. Keflavíkurflugvelli e. Keflavíkurflugvallar f. flugvellinum g. kettir h. ávöxtum i. blómvönd j. ketti, kött k. kattarins
10. a. Hanna nær í bílaleigubíl. b. Hún var á flugvellinum í Reykjavík. c. Hún vill leigja hann frá og með deginum í dag til mánudags. d. Bíllinn kostar 6.700 krónur á dag. e. Þetta er lítill og fínn bíll. f. Hún á að skilja eftir kreditkortanúmerið. g. Þau eiga að skila bílnum á mánudaginn. h. Hann hlakkar til að skoða Þingvelli, Geysi og Gullfoss. i. Það er svona fjörutíu og fimm mínútna ferð þangað.

Lektion 24

1. a. hestarnir mínir b. bækurnar þínar c. lamparnir mínir d. systur mínar e. börnin þín f. kettirnir mínir g. skyrturnar mínar h. rúmin mín i. bræður þínir j. töskurnar mínar k. augun þín l. bílarnir þínir
2. a. Þetta er bíllinn þinn. b. Þetta er húsið okkar. c. Þetta eru bækurnar þeirra. d. Þetta er bróðir minn. e. Þetta er tölvan hans. f. Þetta eru símarnir þeirra. g. Þetta er skápurinn hennar. h. Þetta eru börnin þín. i. Þetta er hundurinn ykkar. j. Þetta er mamma þess. k. Þetta eru sjónvörpin okkar. l. Þetta er klukkan hennar. m. Þetta er maðurinn minn. n. Þetta er hótelið þeirra. o. Þetta er sundskýlan hans. p. Þetta eru myndirnar þínar.
3. a. Ég, mér/okkur, Ég b. mér/okkur c. mig/okkur d. mín/okkar e. mig/okkur f. mín/okkar g. Ég, mér, Við, okkur h. Ég, mér, Við, okkur i. mér/okkur j. mig/okkur
4. a. þér/ykkur b. þig/ykkur c. þín/ykkar d. þig/ykkur e. þín/ykkar f. þú, þið g. þér/ykkur h. þig/ykkur i. þig/ykkur j. þér/ykkur
5. a. Þeir b. hennar c. þess d. hann, hann e. Það, hana f. Þeir, það g. hana h. Hún, þeirra i. þeirra j. Þau, hann k. hann l. Hann, hennar m. hana n. Hann, henni o. henni p. Hún, honum q. það, þeim r. honum
6. a. Hún, hana, henni b. Þeir, hennar c. Hún, hana, honum d. hans, hennar e. hans, hennar f. honum, hann g. Hún, honum, hana h. Hún, hann, þeim i. Þau, hann j. hana, þær
7. a. sig b. sér c. sig. d. sér e. sín f. sér g. sig h. sér i. sín j. sig k. sér l. sér
8. a. mun b. munu c. munuð d. munt e. munum f. mun
10. a. Þeir búa í sveitinni nálægt Húsavík. b. Þau hafa ekki tíma til þess. c. Hún kemur í október. d. Kærastinn hennar kemur með. e. Mamma kærastans hennar mun passa börnin. f. Þau vilja fá sér að borða á skyndibitastað á Geysi. g. Hann vill kaupa sér lopapeysu. h. Hanna vill prjóna lopapeysu handa honum.
11. a. Á Íslandi eru margir goshverir. b. Eigum við að fá okkur að borða? c. Get ég aðstoðað? d. Ég mun sakna Íslands. e. Muntu líka sakna mín? f. Kemurðu líka í bíó með okkur? g. Viltu hjálpa mér? h. Foreldrar mínir eru mjög vandlátir. i. Yfir sumarið heimsæki ég vini á Íslandi. j. Ég ætla að kaupa mér lopapeysu. k. Um helgina förum við til Þingvalla og Geysis. l. Við eigum að skila bílnum á mánudaginn.

Lektion 25

1. epli, flaska af rauðvíni, smjör, mjólkurferna, ostur, dós af túnfiski, kótelettur, appelsínur, nautahakk, kartöflur, rauðkál, sulta, ristað brauð, dolla af jógúrti, samloka, álegg

2. Ég þarf að kaupa epli, flösku af rauðvíni, smjör, mjólkurfernu, ost, dós af túnfiski, kótelettur, appelsínur, nautahakk, kartöflur, rauðkál, sultu, ristað brauð, dollu af jógúrti, samloku, álegg
3. a. appelsínum b. nautahakki c. skyri d. hvítvíni e. túnfiski f. sígarettum g. kótelettum h. kartöflum i. eplum
4. eina flösku af rauðvíni, 200 grömm af skinku, tvær agúrkur, smjör, tvær dósir af túnfiski, eina bláberjasultu, eina mjólkurfernu, eitt kíló af eplum, þrjár flöskur af appelsínusafa, 300 grömm af spægipylsu, súkkulaði, eina pítsu, 400 grömm af nautahakki, fjórar dollur af skyri, einn poka af kartöflum, þrjá pakka af sígarettum, 600 grömm af tómötum, ost, tvo poka af flögum, tvo poka af poppi, sex dósir af kók, einn pakka af kaffi, eina fernu af súrmjólk, ristað brauð, einn pakka af sveppum, einn poka af lauk, eina flösku af brennivíni
6. a. fatabúð b. bakarí c. banka d. bókabúð e. sjoppa f. pósthús g. fiskbúð h. stórmarkaður/matvörubúð i. apótek
7. svefnherbergi – Schlafzimmer, baðherbergi – Badezimmer, forstofa – Flur, stofa – Wohnzimmer, eldhús – Küche, svalir – Balkon
8. Beispiele: í svefnherbergi: rúm, náttborð, fataskápur, kommóða; í baðherbergi: klósett, vaskur, skápur, baðker, sturta; í forstofu: fatahengi, kommóða, skóskápur; í stofu: sófi, sófaborð, matarborð, stólar, kommóða, hillur, sjónvarpsskápur; í eldhúsi: eldavél, ofn, eldhússkápar, borð, stólar; á svölum: borð, stólar, grill, sólstóll
9. a. Þau gista í orlofsíbúð. b. Í orlofsíbúðinni eru stofa, eldhús, einkabaðherbergi og svefnherbergi. c. Þau ætla að hafa brúnaðar kartöflur, rauðkál og hangikjöt í kvöldmat. d. Þetta er séríslenskt reykt lambakjöt. e. Þau vantar púðursykur og smjör. f. Þau vantar mjólk, skyr, súrmjólk, ristað brauð og ost í morgunmat. g. Þau þurfa að smyrja samlokur fyrir ferðina. h. Það er einn pakki af kaffi í orlofsíbúðinni.
10. a. Ég þarf leigubíl. b. Þú þarft ekki að fara. c. Þið eigið að vinna á sunnudaginn. d. Hún þarf ekki að ljúga. e. Hvað eigum við að hafa í matinn í kvöld? f. Kannski borðum við hamborgara? g. Fínt. Við þurfum að kaupa í matinn. h. Hvað vantar okkur? i. Okkur vantar fjögur hundruð grömm af nautahakki, brauð, lauk, ost, sinnep, agúrkur og tómata. j. Eigum við líka að kaupa eina flösku af rauðvíni? – Já, góð hugmynd. k. Eigum við að fara út í bakarí til að kaupa brauðið? l. Nei. það er nóg að fara í stórmarkaðinn. Þar fáum við allt. m. Vilt þú elda eða á ég að elda? – Eigum við ekki að elda bæði? n. Er kaffi í orlofsíbúðinni? – Já, þar var einn pakki af kaffi. o. Við megum ekki gleyma tómötunum og nautahakkinu. p. Ég er búin/n að ná í það. Er þá ekki allt komið? – Jú, það er komið.

Lektion 26

1. a. (7), b. (5), c. (6), d. (2), e. (9), f. (4), g. (10), h. (12), i. (8), j. (1), k. (3), l. (11)
2. a. töskuna, farangursgeymsluna b. vini, tjakkinn c. dælu, dælu d. áttina, Mývatns e. bensínstöðinni, tvo hamborgara f. Manninn, eina dollu, skyri g. leigubíl, miðbæinn h. tillögu i. vina, fjölskyldunnar, tímans, Bandaríkjunum j. kvöldmatinn, orlofsíbúðinni k. samlokur, ferðina l. matinn, morgundaginn m. bakaríinu n. pósthúsi o. bílnum, flugvellinum p. eina dóttur, tvo syni q. náttúrunnar, Íslandi r. pökkunum, Þýskalandi
4. a. Næsta bensínstöð er rétt við Mývatn. b. Þau nota 95 oktan. c. Hann býður henni varageymi. d. Það sprakk hjá þeim. e. Hann skiptir um dekk. f. Það er í farangursgeymslunni.
5. a. Ég ætla að fá bensín. b. Ég er bensínlaus. c. Hvar er næsta bensínstöð? d. Á hvaða dælu varstu? e. Ég var á dælu tvö. f. Það sprakk hjá mér. g. Bíllinn minn er bilaður. h. Hvar er næsta verkstæði? i. Kanntu að skipta um dekk? j. Ég þakka þér kærlega. k. Það er ekki nauðsynlegt. l. Hvar er varadekkið? m. Erum við með varageymi? n. Ég ætla að skipta um dekk. o. Viltu rétta mér tjakkinn? p. Hvar er tjakkurinn? – Hann er í farangursgeymslunni.

Lektion 27

1. a. þig b. Mig, pylsu c. Hana d. Túristana, Þingvelli e. ykkur, Geysi f. Strákana, hamborgara, frönskum g. Fjölskylduna h. Mig, kreditkorti i. Hönnu j. Torfa og Ólaf
2. a. Mér b. Mömmu c. Henni, vinnunni d. Árna e. Honum, skólanum f. þér, lopapeysu g. Barninu, fótbolta h. Því, handbolta i. Helga og Helgu j. Þeim k. Mér og Önnu l. Okkur m. Þér og Bjarna n. ykkur, köku
3. a. áhugavert b. góðir c. girnileg d. seig e. sætir f. gott g. skrítinn h. skrítin i. sæt j. lítil k. frábært l. æðislegt m. kalt n. hlýtt o. skemmtileg
7. a. Í dag er fínt veður, sólskin, lítill vindur og ekki of kalt. b. Þau eru á Egilsstöðum. c. Hana langar í ís. d. Honum finnst alltof kalt til að borða ís. e. Hún fær sér tvær kúlur: eina kúlu af vanilluís og eina af súkkulaðiís f. Hann fær sér kaffibolla.
8. a. Hvað langar þig í? b. Mig langar í bíó. c. Langar ykkur að fara út? d. Já, það hljómar vel. e. Hvernig finnst þér Ísland? f. Mér finnst Ísland frábært. g. Hana langar í ís. h. Hún fær sér eina kúlu af vanilluís. i. Mig langar í eitthvað heitt. j. Hann fær sér kaffibolla. k. Hvernig finnst börnum kaffi? l. Þeim finnst kaffi ömurlegt. m. Mér finnst leiðinlegt að þrífa. n. Ísbúðir eru út um allt. o. Það skiptir engu máli.

Lektion 28

1. sundskýla, sturta, bikiní, skápar, gufubað, sundbuxur, sundbolur, sundlaug
2. bindi – Krawatte, bolur – T-Shirt, þverslaufa – Fliege, hálsklútur – Halstuch, peysa – Pullover, sundbolur – Badeanzug, sokkur – Socke, vesti – Weste, kjóll – Kleid, rúllukragapeysa – Rollkragenpullover, leggingsbuxur – Leggings, brjósthaldari – BH, nærbuxur – Unterhose, nærskyrta – Unterhemd, sokkabuxur – Strumpfhose, blússa – Bluse, húfa – Mütze, vettlingar – Fäustlinge, gúmmístígvél – Gummistiefel, pils – Rock, vasaklútur – Taschentuch, gallabuxur – Jeans, trefill – Schal, skór – Schuh, joggingbuxur – Jogginghose, hettupeysa – Kapuzenpullover, jakki – Jacke
3. a. Hilda er í bol, pilsi, sokkum og (háhæluðum) skóm. b. Rakel er í bikiníi og (háhæluðum) skóm. c. Gunnlaugur er í bol, jakka, gallabuxum og stígvélum. d. Vala er í bol og leggingsbuxum. e. Katrín er í kjól (og með hálsfesti). f. Torfi er í bol, joggingbuxum og íþróttaskóm. (Hann er líka með gleraugu og svitaband.) g. Ingibjörg er í blússu, pilsi og skóm. Hún er líka með gleraugu og hálsklút. h. Hannes er í bol, skyrtu og skóm. i. Jónas er í sundskýlu. j. Eva er í nærbuxum og nærskyrtu. k. Ragnheiður er í peysu, pilsi og sokkabuxum. Hún er líka á skautum. Hún er líka með húfu og trefil.
5. a. Hana langar að sýna honum Seljavallalaug. b. Þetta er gömul sundlaug í dal. c. Aðgangurinn er ókeypis. d. Hann gleymdi sundskýlunni. e. Þeir sitja í heita pottinum og spjalla við fólkið. f. Honum finnst leiðinlegt að fara í gufubað. Honum verður alltaf alltof heitt.
6. a. Langar þig í sund? b. Já, endilega. Förum í sund. c. Hvað kostar í sund? d. Það kostar 650 krónur fyrir fullorðna. e. Hvernig finnst þér vatnið? f. Mér finnst það þægilega heitt. g. Hvar eru klefarnir? h. Mig vantar lykil að skápnum. i. Við eigum að þvo okkur með sápu. j. Hún er í bikiníi. k. Hann er í sundbuxum. l. Mér finnst gaman að sitja í heita pottinum. m. Það er enginn þar. n. Er þér heitt eða kalt? o. Er henni ekki of heitt í peysunni?

Lektion 29

1. a. (6), b. (3), c. (7), d. (1), e. (10), f. (2), g. (12), h. (5), i. (11), j. (4), k. (9), l. (8)
2. a. í dag b. í morgun c. í kvöld d. í nótt e. í gær f. í fyrradag g. í gærkvöldi h. á morgun
3. a. fyrir einum mánuði b. fyrir þremur árum c. fyrir tveimur dögum d. fyrir einni viku e. fyrir fjórum mánuðum f. fyrir þrjátíu og þremur árum g. fyrir tveimur vikum h. fyrir nítján dögum i. fyrir einu ári j. fyrir þremur dögum k. fyrir einum degi l. fyrir fimm vikum
4. a. þt b. nt c. þt d. nt e. þt f. þt g. nt h. nt i. þt j. þt k. nt l. þt m. þt n. þt o. nt p. þt q. þt r. þt s. þt t. nt u. þt

5. a. hún svarar b. við skilum c. þú kennir d. þeir flytja e. þið leggið f. hann veiðir g. þær trúa h. þú pakkar i. ég sel j. þið reynið k. við teljum l. mig langar m. hana vantar n. þið þakkið o. hún kaupir p. við seljum q. þú segir r. það passar s. ég vel t. hann hjálpar u. við leigjum v. hún hittir
7. a. lærði b. töluðum c. syntuð d. veiddu e. sagðir f. kenndi g. töldu h. svaraði i. lentum j. spurði k. siglduð
8. Klukkan átta **borðuðum** við morgunmat. Ég **borðaði** kornflex og vinur minn **borðaði** hafragraut. Eftir morgunmatinn **pökkuðum** við fötum niður í töskurnar. Ég **setti** þær í farangursgeymsluna. Vinur minn **gleymdi** bakpokanum. Hann **flýtti** sér aftur inn í húsið. Hann **sótti** hann og við **lögðum** af stað. Ég **keyrði** bílinn. Vinur minn **hafði** ekki bílpróf. Það **rigndi**. Síðan **snjóaði**. Elías vinur minn **spurði** margra spurninga og ég **reyndi** að svara þeim öllum. Hann **langaði** í kaffibolla. Þess vegna **stoppuðum** við á bensínstöð og **keyptum** tvo kaffibolla. Hann **borgaði** með kreditkorti. Hann **sagði** mér frá vinnunni. Ég **hlustaði** á hann en ég **náði** ekki að einbeita mér að því sem hann **sagði**. Ég **sofnaði** næstum því. Við **fórum** á klósettið og **keyrðum** áfram vestur. Skyndilega **heyrðist** hár hvellur. Ég **stöðvaði** bílinn. Hann **var** bilaður. Ég **hringdi** heim í mömmu og **sagði** henni frá því. Við **gistum** á hóteli og næsta dag **sótti** mamma mín okkur þangað.
10. a. Þau lögðu af stað klukkan hálf níu. b. Hann borðaði ristað brauð með áleggi. c. Þau skoðuðu ísjakana í lóninu. d. Hún spurði margra spurninga. e. Hann var á Ítalíu í fyrra. f. Hann sigldi meðfram ströndinni í fyrra. g. Þau skoðuðu Skógafoss og löbbuðu upp brekkuna.
11. a. Hanna trúir honum ekki. b. Við veiddum fiska og borðuðum þá. c. Foreldrar mínir fluttu til Íslands. d. Hún spurði mig og ég svaraði henni. e. Taldirðu ísjakana? f. Þið pökkuðuð niður fötum í töskuna. g. Við lentum á flugvellinum. h. Að ofan höfðum við frábært útsýni.

Lektion 30

1. a. (5), b. (10), c. (1), d. (6), e. (11), f. (13), g. (2), h. (12), i. (8), j. (4), k. (7), l. (3), m. (9)
2. a. Fyrirgefðu. b. Veistu hvar Laugavegur er? c. Já, ég veit það. d. Hvernig kemst ég þangað? e. Farðu niður götuna. f. Farðu beint áfram. g. Farðu fyrstu götuna til vinstri. h. Farðu að umferðarljósinu. i. Farðu í áttina til Reykjavíkur. j. Það var lítið.
3. a. fyrsti mars b. fimmti ágúst c. nítjándi febrúar d. tuttugasti og fjórði desember e. þrítugasti og fyrsti maí f. sjötti janúar g. tuttugasti og annar júní h. þrettándi september i. tuttugasti og þriðji júlí j. sjöundi október k. ellefti apríl l. tuttugasti og áttundi nóvember

4. a. tólfta júní b. tuttugasta og sjöunda september c. fimmta ágúst d. annan maí e. tuttugasta og fjórða desember f. tuttugasta og sjötta júlí g. átjánda október
6. fyrsta hæð, önnur hæð, þriðja hæð
   z. B. Á fyrstu hæð eru forstofa, stofa og baðherbergi. Í stofunni eru sófi, sjónvarp, hillur, ... Í baðherberginu eru klósett, vaskur, baðker, sturta, ... Á annarri hæð eru stigagangur og eldhús. Í eldhúsinu eru borð, stólar, eldavél, ísskápur, eldhússkápar, ... Á þriðju hæð er svefnherbergi. Í svefnherberginu eru rúm, fataskápur, skrifborð, skrifborðsstóll, ...
8. a. Þau ætla að gista hjá Þóru fænku Hönnu í Hveragerði. b. Af því að kortið er ekki nógu nákvæmt. c. Hún vill spyrja til vegar á bensínstöð á Selfossi. d. Þórólfur sem vinnur á bensínstöðinni segir þeim til vegar e. Hún er lík Þóru þegar hún var á sama aldri og Hanna. f. Þóra sagði Þórólfi frá Hönnu í Bónus.
9. a. Kortið er ekki nógu nákvæmt. b. Eigum við að spyrja til vegar? c. Ég spurði manninn til vegar. d. Geturðu sagt mér hvað klukkan er? e. Við beygðum til hægri. f. Lýsingin er ansi nákvæm. g. Hverjum er Dísa lík? h. Hún er lík móður okkar. i. Dóttir mín er á þínum aldri.

Lektion 31

1. (1) höfuð (2) háls (3) brjóst (4) handleggur (5) nafli (6) magi (7) rass (8) hönd (9) fótleggur (10) hné (11) fótur (12) hnakki (13) öxl (14) bak (15) olnbogi (16) úlnliður (17) fingur (18) læri (19) kálfi (20) ökkli
2. a. höfðinu b.maganum c. bakinu d. hálsinum e. hnakkanum f. hendinni g. fætinum h. hnénu
3. a. (5), b. (1), c. (9), d. (7), e. (2), f. (8), g. (3), h. (4), i. (6)
4. a. Hvar finnur þú til? b. Amma er með háan blóðþrýsting. c. Ég er með tannpínu. d. Barnið er með hita. e. Á veturna eru margir með flensu. f. Hún var með niðurgang. g. Ertu með kvef? h. Hann er með hálsbólgu. i. Strákurinn er með hósta. j. Ertu með lágan blóðþrýsting?
5. ég svitna, þú svitnar, hann svitnar, við svitnum, þið svitnið, þeir svitna; ég beygi, þú beygir, hann beygir, við beygjum, þið beygið, þeir beygja; ég finn, þú finnur, hann finnur, við finnum, þið finnið, þeir finna; ég fer, þú ferð, hann fer, við förum, þið farið, þeir fara; ég er, þú ert, hann er, við erum, þið eruð, þeir eru
6. ég svitnaði, þú svitnaðir, hann svitnaði, við svitnuðum, þið svitnuðuð, þeir svitnuðu; ég beygði, þú beygðir, hann beygði, við beygðum, þið beygðuð, þeir beygðu; ég keypti, þú keyptir, hann keypti, við keyptum, þið keyptuð, þeir keyptu; ég synti, þú syntir, hann synti, við syntum, þið syntuð, þeir syntu; ég var, þú varst, hann var, við vorum, þið voruð, þeir voru

7. a. Hönnu b. Mig c. Manninum d. Konunni e. Barninu f. Strákana g. Stelpunum h. Þeim i. Honum j. Þér k. Fólkinu l. Börnunum
8. a. Honum er illt í maganum og í höfðinu. b. Hún lagar te og nær í verkjatöflur handa honum. c. Af því að hann er í þremur peysum d. Af því að hann drakk alltof mikið af landanum. e. Af því að honum er flökurt og hann þarf að kasta upp.
9. a. Amma lagar te handa okkur. b. Mér er illt í höfðinu. c. Mig vantar verkjatöflur. d. Hann er í gallabuxum og skyrtu. e. Hún var í pilsi og blússu. f. Henni var mjög flökurt. g. Hún kastaði upp nokkrum sinnum. h. Barnið er í tveimur peysum. i. Þess vegna svitnar það. j. Leyfðu mér að finna ennið á þér. k. Já, ætli það ekki. l. Nei, ætli það.

Lektion 32

1. ég fór (fara), hún sýndi (sýna), hún kenndi (kenna), flugið tók (taka), við lentum (lenda), við gátum (geta), við tókum (taka), Hanna var (vera), hún fór (fara), hún þurrkaði (þurrka), hún greiddi (greiða), hún þvoði (þvo), hún málaði (mála), hún setti (setja), hún flýtti (flýta), ég gerði (gera), ég sat (sitja), ég beið (bíða), ég notaði (nota), við löbbuðum (labba), við fundum (finna), ég borðaði (borða), Hanna pantaði (panta), hún sagði (segja), ég tók (taka), ég gat (geta), við hittum (hitta), ég spjallaði (spjalla), hún talaði (tala), ég skildi (skilja), það gekk (ganga), mér fannst (finnast), Hanna leigði (leigja), við fórum (fara), við skoðuðum (skoða), við keyptum (kaupa), okkur langaði (langa), okkur vantaði (vanta), ég smakkaði (smakka), það sprakk (springa), Hanna keypti (kaupa), ég drakk (drekka), við keyrðum (keyra), við stoppuðum (stoppa), ég gleymdi (gleyma), við heimsóttum (heimsækja), við komumst (komast), hún spurði (spyrja), hann hét (heita), hann þekkti (þekkja), hann sagði (segja), við fundum (finna), Þóra heilsaði (heilsa), hún bauð (bjóða), hún hellti (hella), ég þurfti (þurfa), mér leið (líða), Hanna keyrði (keyra), við fengum (fá), við spjölluðum (spjalla)
2. a. þt b. nt c. þt d. þt e. nt f. þt g. nt h. þt i. nt j. þt k. þt l. þt m. nt n. þt o. nt p. þt q. þt r. þt s. nt t. nt u. þt v. þt w. nt x. þt y. þt z. nt
3. a. hún vinnur b. við drekkum c. þú kemur d. þeir eru e. þið njótið f. hann stelur g. þær biðja h. þú gefur i. ég sit j. þið verðið k. við stöndum l. mér finnst m. henni líður n. þið bíðið o. hún sefur p. við búum q. þú lýgur r. það verður s. ég hleyp t. hann heitir (Achtung: *heita* im Präsens i-Klasse) u. við tökum v. hún sér w. þú dettur x. þeir lesa y. við vinnum z. ég bíð
4. ég beið, þú beiðst, hann beið, við biðum, þið biðuð, þeir biðu; ég bauð, þú bauðst, hann bauð, við buðum, þið buðuð, þeir buðu; ég drakk, þú drakkst, hann drakk, við drukkum, þið drukkuð, þeir drukku; ég stal, þú

stalst, hann stal, við stálum, þið stáluð, þeir stálu; ég las, þú last, hann las, við lásum, þið lásuð, þeir lásu; ég fór, þú fórst, hann fór, við fórum, þið fóruð, þeir fóru; ég grét, þú grést, hann grét, við grétum, þið grétuð, þeir grétu; ég þreif, þú þreifst, hann þreif, við þrifum, þið þrifuð, þeir þrifu; ég laug, þú laugst, hann laug, við lugum, þið luguð, þeir lugu; ég fann, þú fannst, hann fann, við fundum, þið funduð, þeir fundu; ég kom, þú komst, hann kom, við komum, þið komuð, þeir komu; ég hélt, þú hélst, hann hélt, við héldum, þið hélduð, þeir héldu; ég fékk, þú fékkst, hann fékk, við fengum, þið fenguð, þeir fengu; ég bjó, þú bjóst, hann bjó, við bjuggum, þið bjugguð, þeir bjuggu; ég lá, þú lást, hann lá, við lágum, þið láguð, þeir lágu

5. a. ég bít, ég beit, við bitum b. njóta (genießen), ég nýt, ég naut, við nutum c. vinna (arbeiten), ég vinn, ég vann, við unnum d. sofa (schlafen), ég sef, ég svaf, við sváfum e. biðja (bitten), ég bið, ég bað, við báðum f. ég sit, ég sat, við sátum g. sjá (sehen), ég sé, ég sá, við sáum h. verða (werden), ég verð, ég varð, við urðum i. taka (nehmen), ég tek, ég tók, við tókum j. ég fell, ég féll, við féllum k. fá (bekommen), ég fæ, ég fékk, við fengum l. geta (können), ég get, ég gat, við gátum m. deyja (sterben), ég dey, ég dó, við dóum n. ég fer, ég fór, við fórum o. vera (sein), ég er, ég var, við vorum p. kjósa (wählen), ég kýs, ég kaus, við kusum q. standa (stehen), ég stend, ég stóð, við stóðum r. liggja (liegen), ég ligg, ég lá, við lágum s. ég sker, ég skar, við skárum t. brenna (brennen), ég brenn, ég brann, við brunnum u. draga (ziehen), ég dreg, ég dró, við drógum v. ég heiti (Achtung: *heita* im Präsens i-Klasse), ég hét, við hétum w. búa (wohnen), ég bý, ég bjó, við bjuggum x. ganga (gehen), ég geng, ég gekk, við gengum
7. a. söng b. nutum c. drukkuð d. fundu e. laugst f. las g. unnu h. lá i. stóðum j. grét k. tókuð l. braust m. lék n. biðum o. bauð p. gáfu q. hlupuð

Weitere Bände «für absolute Anfänger»

Emeli Wethmar
Kroatisch für absolute Anfänger
Lehrbuch, 144 Seiten, kartoniert,
ISBN 3-89657-822-7, 15,80 Euro
Übungsbuch, 96 Seiten, kartoniert,
ISBN 3-89657-824-3, 9,80 Euro
Audio-CD, ISBN 3-89657-823-5, 12,80 Euro

Emeli Wethmar
Bosnisch für absolute Anfänger
Lehrbuch, 144 Seiten, kartoniert,
ISBN 3-89657-833-2, 16,80 Euro
Übungsbuch, 96 Seiten, kartoniert,
ISBN 3-89657-835-9, 12,80 Euro
Audio-CD, ISBN 3-89657-834-0, 16,80 Euro

Petra Prochazkova
Tschechisch für absolute Anfänger
Lehrbuch, 160 Seiten, kartoniert,
ISBN 3-89657-857-X, 17,80 Euro
Übungsbuch, 112 Seiten, kartoniert,
ISBN 3-89657-859-6, 12,80 Euro
MP3-Download, ISBN 3-89657-858-8, 12 Euro

Schmetterling Verlag GmbH
Lindenspürstr. 38 B, 70176 Stuttgart
Tel.: 0711 / 62 67 79, Fax: 0711 / 62 69 92